१३ पावले

बेस्टसेलर पुस्तक 'विचार नियम'चे रचनाकार

सरश्री

नम्रतेची शक्ती

अहंकारातून मुक्ती

Path to Peace, Politeness and Purity

स्वत:ला इतरांपेक्षा वेगळं समजणं हाच असली अहंकार होय

नम्रतेची शक्ती **अहंकारातून मुक्ती**

Namratechi Shakti Ahankaratun Mukti

by **Sirshree** Tejparkhi

प्रकाशक : वॉव पब्लिशिंग्ज् प्रा. लि., पुणे

प्रथम आवृत्ती : नोव्हेंबर २०१५

पुनर्मुद्रण : सप्टेंबर २०१६, ऑक्टोबर २०१७, ऑक्टोबर २०१९

ISBN : 978-81-8415-355-2

('अहंकारातून मुक्ती' या पुस्तकाची तेजज्ञान ग्लोबल फाउंडेशनद्वारे एक आवृत्ती प्रकाशित झाली आहे.)

© Tejgyan Global Foundation

All Rights Reserved 2013
Tejgyan Global Foundation is a charitable organization
having its headquarters in Pune, India.

सर्वाधिकार सुरक्षित
'वॉव पब्लिशिंग्ज् प्रा. लि.'द्वारे प्रकाशित हे पुस्तक अशा अटीवर विकण्यात येत आहे, की प्रकाशकाच्या लेखी पूर्वअनुमतीविना ते व्यापाराच्या दृष्टीने अथवा अन्य प्रकारे उसने, भाड्याने अथवा विकत, अन्य कोणत्याही प्रकारच्या बांधणीत अथवा अन्य मुखपृष्ठासह देता येणार नाही; तसेच अशाच प्रकारच्या अटी नंतरच्या ग्राहकावर बंधनकारक न करता आणि वर उल्लेखिलेल्या कॉपीराइटपुरत्या मर्यादित न ठेवता या पुस्तकाच्या कोणत्याही स्वरूपाच्या विनिमयास, तसेच कॉपीराइटधारक व वर उल्लेखिलेले प्रकाशक दोघांच्याही लेखी पूर्वअनुमतीविना इलेक्ट्रॉनिक, मेकॅनिकल, फोटोकॉपी, रेकॉर्डिंग इत्यादी प्रकारे या पुस्तकाचा कोणताही अंश पुनःप्रस्तुत करण्यास, जवळ बाळगण्यास अथवा सुधारित स्वरूपात प्रस्तुत करण्यास मनाई आहे.

'अभिमान से मुक्ति' या मूळ हिंदी पुस्तकाचा मराठी अनुवाद

सम्राट होण्याच्या पश्चातही आपल्या अभिमानाचा
त्याग करून ज्यांनी खुल्या दिलानं सत्यसाधकांसमोर
अदबीनं झुकून, नम्रतापूर्वक त्यांचा आदर केला,
त्या सर्व राजांना हे पुस्तक समर्पित..

अनुक्रमणिका

अध्याय १	अहंकाराची शिंगं शक्ती की दुर्बलता	९
खंड १	ओळख अहंकाराची	१३
अध्याय २	निराश मन शोधाचा शत्रू	१५
अध्याय ३	अंधांमध्ये तिरळा कोण अभिमानाला आत्ताच जाणा	१९
अध्याय ४	आता मानून नव्हे जाणून चला असली आणि नकली अहंकारात फरक	२२
अध्याय ५	अहंकाराची पार्श्वभूमी ओळखा फॉल्स सिलिंगमध्ये अडकू नका	२६
अध्याय ६	राजाचं रूपांतर अंतर्बाह्य स्थानांतर	२९
अध्याय ७	माणसाच्या मस्तकाचं मूल्य किती धर्ममार्गच कल्याणमार्ग	३३
अध्याय ८	मूल्यहीन 'अमूल्य' कसं बनेल ग्रेट आणि ग्रेटेस्टमधून मुक्तीचा मार्ग	३७
खंड २	अहंकाराची छाया	३९
अध्याय ९	कहाणीची हानी जीवन–गीत–गीता	४१

अध्याय १०	स्वार होऊ देऊ नका अहंकाराला... मिटवून टाका वेगळं दिसण्याच्या भावनेला	४४
अध्याय ११	खरा मायावी कोण पावित्र्याची शक्ती	४६
अध्याय १२	शांतिवादी व्हा! दहशतवादापासून मुक्त व्हा	५०
अध्याय १३	अहंकार निमित्तमात्र राहावा 'मी शरीर आहे' या चक्राला ओळखा	५४
खंड ३	अहंकार दर्शन	५९
अध्याय १४	अहंकार – जन्म आणि मृत्यू स्थान उपयोग आणि अंत	६१
अध्याय १५	'मी'रूपी माशी नष्ट व्हावी सर्वव्यापी 'मी'	६४
अध्याय १६	खरा अहंकार – मी इतरांपेक्षा वेगळा चोचीचे प्रकार	६७
अध्याय १७	अहंकार सर्वांत मोठा सबळ वैरी अहंकार आणि क्रोधाचं नातं	७२
खंड ४	अहंकारातून मुक्त होण्यासाठी १३ पावले	७५
अध्याय १८	नम्रतेची शक्ती द्वेषापासून मुक्ती	पहिलं पाऊल	७७
अध्याय १९	प्रतिमेतून मुक्ती प्रतिमेची प्रतिमा बनवू नका	दुसरं पाऊल	८२
अध्याय २०	शरीर, मन, बुद्धी–प्रशिक्षण हृदयरूपी आईचं ऐका	तिसरं पाऊल	८६

अध्याय २१	बंधनरहित साक्षी व्हा अहंकारातून तेजस्थानाकडे	चौथं पाऊल	८९
अध्याय २२	विचाररूपी खिसा पडताळा निर्विचार ध्यान	पाचवं पाऊल	९२
अध्याय २३	तिसरी पद्धत काहीच न करणंसुद्धा अहंकाराच्या हाती नाही	सहावं पाऊल	९४
अध्याय २४	प्रार्थना तेजस्थान आत्मावलोकन	सातवं पाऊल	९६
अध्याय २५	योग्य प्रश्न विचारण्याची कला तथाकथित दु:ख विलीन करा	आठवं पाऊल	९९
अध्याय २६	तात्पुरता उपाय देहरूपी गाडीत चेतनेचं पेट्रोल भरा	नववं पाऊल	१०३
अध्याय २७	'तुझी इच्छा तीच माझी इच्छा' सजगतेचा हातोडा	दहावं पाऊल	१०५
अध्याय २८	अहंकार आणि सेवा अहंकाराचा इलाज	अकरावं पाऊल	१०८
अध्याय २९	गुरू अहंकाराचे डॉक्टर	बारावं पाऊल	१११
अध्याय ३०	भक्तीत व्हाल लीन, तर अहंकार होईल विलीन... समर्पणाची शक्ती	तेरावं पाऊल	११४

अध्याय १

अहंकाराची शिंगं

शक्ती की दुर्बलता

'बाराशिंगा' (सांबर) हा बारा शिंगे असणारा एक प्राणी असतो. तो एके दिवशी तलावाच्या काठी पाणी पित असतो. पाणी पिताना त्याला तलावाच्या पाण्यात स्वतःच्या बारा शिंगांचं प्रतिबिंब दिसतं. ती शिंगं त्याला खूपच सुंदर आणि आकर्षक दिसू लागतात. भावविभोर होऊन स्वतःच्या शिंगांचं प्रतिबिंब तो पुनःपुन्हा न्याहाळू लागतो आणि स्वतःशीच बोलू लागतो, ''माझी शिंगे किती सुंदर आणि मजबूत आहेत ना!''

तलावावरून परतताना बाराशिंग्याचं लक्ष स्वतःच्या पायांकडे गेलं. तो विचार करू लागला, माझ्या शिंगांच्या तुलनेत माझे पाय किती कुरूप आहेत. 'माझे पायसुद्धा सुंदर असते तर!' या विचारासोबत त्याच्या मनामध्ये ईश्वराप्रती तक्रारींचा पाढाच सुरू झाला, की ईश्वराने मला सुंदर पाय का नाही दिले? त्याचवेळी अचानक काही शिकारी कुत्री त्या ठिकाणी आली, संभाव्य धोका ओळखून बाराशिंगा तिथून पळून गेला. ज्या पायांना तो दोष देत होता, तेच पाय त्याच्या कामी आले आणि त्याच पायांच्या आधारे तो शिकारी कुत्र्यांपासून पळून जाण्यात यशस्वी ठरला.

जेव्हा त्याने सुटकेचा निःश्वास टाकला, तेव्हा त्याची शिंगं एका घनदाट झाडीमध्ये अतिशय वाईट पद्धतीने अडकली होती. बाराशिंग्यानं अडकलेली शिंगं सोडवण्याचा आणि त्यातून मुक्त होण्याचा आटोकाट प्रयत्न केला पण शेवटी त्यात तो अपयशीच ठरला. तोपर्यंत शिकारी कुत्र्यांनी

त्याचा पाठलाग केला आणि बाराशिंग्याचा जीव घेतला.

या गोष्टीतून ध्यानात घेण्याजोगी बाब म्हणजे, बाराशिंग्याला ज्या शिंगांचा अभिमान वाटत होता तीच त्याच्या मृत्यूचं कारण बनली. सांगायचा मुद्दा हाच, की मनुष्याने अभिमानाच्या गर्तेत अडकू नये. कारण तोच म नुष्याच्या पतनाचं कारण बनतो. बाराशिंग्यालासुद्धा स्वतःच्या शिंगांचा अहंभाव असायचा, पण त्याच कारणामुळे त्याला स्वतःचा प्राण गमवावा लागला. याउलट, ज्या पायांचा तो द्वेष करत होता, त्याच पायांनी त्याचा जीव वाचवण्याचा पुरेपूर प्रयत्न केला. या गोष्टीतून आपल्याला हेच समजून घ्यायचं आहे, की प्रत्येक गोष्ट मग ती छोटी असो वा मोठी, तिच्या जागी महत्त्वाचीच आहे. आपण ज्या वस्तू, घटना किंवा लोकांमुळे चिडचिड करतो, त्याच आपल्या उपयोगी ठरू शकतात. शिवाय ज्या गोष्टींचा आपण अभिमान बाळगतो, त्या आपल्या पतनाचं कारण बनू शकतात.

मानवी मनात अनेक भावनांपैकी असणारी 'अभिमान'ही देखील एक भावनाच आहे, तिला आपण 'गर्व', 'घमेंड' किंवा 'अहंकार' या नावांनी देखील संबोधतो. या अभिमानाचा अतिरेक झाला, तर हाच अभिमान आपल्याला आयुष्याच्या अशा वळणावर आणून उभा करतो, जेथे मुक्तीचे सर्व मार्ग बंद होतात. हाच बोध होता बाराशिंग्याच्या जीवन कहाणीचा...

जीवनाच्या विकासात 'अभिमान' हा एक महत्त्वपूर्ण विषय आहे, ज्याची सर्व बाजूंनी समज मिळणं अत्यावश्यक आहे. अहंकार, अभिमान, स्वाभिमान हे एकसारखेच वाटणारे तीन शब्द, पण तिन्ही शब्दांचा अर्थ पूर्णपणे वेगळा आहे. अहंकार व अभिमान हे नकारात्मक शब्द आहेत, जे 'नकली मी' बरोबर जोडले जातात. 'स्वाभिमान' हा सकारात्मक शब्द असून तो 'स्वत्वाशी' जोडला जातो. 'स्वाभिमान'चा अर्थ 'स्व'चं भान. म्हणजे स्वतःच्या अस्तित्वाची जाणीव... स्वतःच्या असण्याची अनुभूती...

शरीराची शक्ती, बुद्धी, सौंदर्य, पद-प्रतिष्ठा किंवा अन्य कुठल्याही गोष्टीमुळे तयार होणारा अहंकार 'नकली' असतो, जो गळून पडल्यावर देखील मनुष्य स्वतः ला शरीर समजून जगतो. अर्थातच स्वतःला इतरांपासून वेगळं समजणं हाच खराखुरा म्हणजे 'असली' अहंकार होय. नकली अहंकारापासून लोक बचावतातही, पण ज्ञानाच्या अभावात 'असली' अहंकार प्रकाशात येऊ शकत नाही. हीच अध्यात्मातली निखळलेली कडी, दुवा (missing link) आहे.

अभिमान ही मनुष्याची दुर्बलता असून 'स्वभान' ही त्याची शक्ती आहे. 'असली' अहंकारापासून मुक्त होऊन मनुष्य जी शक्ती प्राप्त करतो, ती असते पावित्र्याची आणि नम्रतेची शक्ती. आता आपल्या मनात प्रश्न येऊ शकतो, 'नम्रता' ही शक्ती आहे की दुर्बलता? अनेक लोकांची, 'नम्रता हे दुर्बलतेचं लक्षण आहे,' हीच धारणा असते. पण नम्रता जेव्हा दुर्बलता बनते, तेव्हा नम्रतेचा जन्म अज्ञान आणि आसक्तीतून झालेला असतो.

अज्ञानामुळेच मनुष्य अभिमानाला ताकद आणि नम्रतेला दुर्बलता मानून बसतो. पण खरी नम्रता हे पवित्र मनाचं आणि आत्मज्ञानाचं प्रतीक आहे. मनुष्य जेव्हा स्वतःला जाणतो, तेव्हा तो इतरांनाही ओळखू लागतो. त्याला जाणवतं, दुसरा कोणी नाहीच, सगळा एकाचाच खेळ आहे. अशा अवस्थेत त्याच्याकडून शुद्ध प्रतिसादच निघतो, यालाच म्हणतात 'अभिमानरहित तेजनम्रता.'

चला तर मग, अभिमानाला जाणून घेऊ या आणि त्यातून मुक्त होण्यासाठीची १३ (तेरा) पावलं उचलू या...

...सरश्री

अहंकार-मुक्ती-मार्ग
या पुस्तकाचा लाभ कसा घ्यावा

१. पुस्तकाच्या पहिल्या खंडात, अहंकाराला केवळ मानून नव्हे तर समजेसह जाणून कशी सुरुवात करावी हे जाणाल.

२. पुस्तकाच्या दुसऱ्या खंडात अहंकारयुक्त वृत्तींवर प्रहार होतो.

३. तिसऱ्या खंडात असली आणि नकली अहंकारातील फरक लक्षात येतो आणि लोभरूपी पिंजऱ्यात अडकलेल्या अहंकाराचं दर्शन घडतं.

४. अहंकाराशी परिचित झाल्यानंतर त्यातून मुक्तीसाठी चौथ्या खंडातील १३ पावलांचा लाभ घ्या.

५. अहंकाराच्या उलट 'नम्रता' आणि 'पवित्रता' असे शब्द येतात. ते समजण्यासाठी चौथ्या खंडातील १८ वा अध्याय वाचा.

६. प्रस्तुत पुस्तकात एकाच विषयासाठी दोन वेगवेगळ्या शब्दांचा उपयोग केला आहे, 'अहंकार आणि अभिमान.' जेथे ज्या शब्दाचा उपयोग योग्य वाटेल तेथे तो करून हा विषय समजण्याचा प्रयत्न केला जाऊ शकतो.

खंड १

ओळख अहंकाराची

अहंकार अज्ञानाचं प्रतिबिंब आहे.
अज्ञान दूर होताच हे प्रतिबिंबही आपोआप दूर होते.
मग नातेसंबंध मधुर बनायला सुरुवात होते.

―――――――――――――
―――――――――――

समजरूपी बाण अहंकाराच्या नाभीवर लागताच
सर्व विकार एकसाथ नाहीसे होतात.

―――――――――――――
―――――――――――

अहंकाराच्या जन्म–मरण मुक्तीलाच
'मोक्ष' असं संबोधलं आहे.

―――――――――――――
―――――――――――

जो समस्येचं निराकरण करू इच्छितो,
वास्तवात तो स्वतःच समस्या आहे.

―――――――――――――
―――――――――――

अध्याय २

निराश मन
शोधाचा शत्रू

संत जुनेद ज्या वेळी सत्याच्या शोधात फिरत होते, त्या वेळी जेथे कुठे सत्य उपलब्ध आहे, सत्याचा सुगंध येतोय असा आभास होताच, ते त्वरित तेथे पोहोचत. अविरत प्रयत्नानंतरही जेव्हा त्यांना सत्य गवसलं नाही, तेव्हा ते अतिशय निराश झाले. शेवटी हताश मनानेच त्यांनी सत्याचा शोध सुरू ठेवला.

विश्वात आजही अनेक लोक असे आहेत, ज्यांच्यात सत्य जाणण्याची तृष्णा असते. परंतु आता प्रश्न असा उद्भवतो, त्यातील किती लोकांना 'पृथ्वी लक्ष्य' प्राप्त करण्याची इच्छा असते. पृथ्वीलक्ष्य म्हणजे तो उद्देश जो पूर्ण करण्यासाठी आपण पृथ्वीवर आलोय. यालाच 'स्वानुभवात स्थित' अथवा 'अंतिम सत्य प्राप्त करून ईश्वरीय गुणांची अभिव्यक्ती करणं,' असं संबोधलं गेलंय.

माणसाच्या अंतरंगात अंतिम सत्याप्रति तृष्णा, प्रेम आणि भक्ती जागृत झाली असेल, मनाची पवित्रता प्राप्त करण्याची आस निर्माण झाली असेल, तर त्याला सत्य मिळण्याची शक्यता अधिक वृद्धिंगत होते. ज्या लोकांमध्ये सत्याविषयी तीव्र इच्छा जागृत होते, ते सतत सत्यशोधार्थ कार्यरत असतात. असे लोक केवळ विचारांपुरतेच मर्यादित न राहता सत्यश्रवण, मनन, पठण, मौन, सेवा आणि ध्यानसाधनेच्या मार्गावर सदैव अग्रेसर राहतात. सत्यमार्गावर मार्गक्रमण करत असताना मध्येच असंही वाटू लागतं, 'अरेच्च्या, आयुष्यात तर अद्याप काहीच परिवर्तन घडत नाही. मी करत असलेल्या साधनेचा योग्य तो परिणाम होतोय की नाही?' अशा विचारांनी साधक

अधिकच व्याकूळ आणि निराश होतो. मग त्याच्या मनाची चलबिचल सुरू होते. 'कदाचित हे मला जमणारच नाही कारण सत्यप्राप्तीची शक्यताच दूरदूरपर्यंत दृष्टिपथात येत नाही.' अशा उद्विग्न विचारांनी साधकासमोर नेहमीच एक प्रश्नचिन्ह आऽ वासून उभं राहतं, 'आता काय करावं?' कारण या खेरीज इतर कुठलाही पर्याय त्याच्या समोर नसतो. याचाच अर्थ, त्याच्यात सत्यप्राप्तीची तृष्णा तीव्र असल्याने तो शोध घेण्याची प्रक्रिया काही केल्या थांबवत नाही. संत जुनेदसोबतही असंच घडलं. उदास मनाने का असेना ते सत्याचा शोध घेतच राहिले.

एकदा रस्त्यात संत जुनेदला एक माणूस भेटला. त्यांनी त्या माणसाकडे रात्री थांबण्यासाठी कुठे जागा आहे का? याची चौकशी केली. त्यावर तो माणूस म्हणाला, 'आता रात्र खूप झाली असल्याने तुमच्यासाठी कोणी दरवाजा उघडण्याची सुतराम शक्यता नाही. परंतु तरीही तुमची इच्छा असेल, तर आजची रात्र माझ्या घरी काढू शकता. पण एक गोष्ट मी तुम्हाला आधीच स्पष्ट करतो, मी एक चोर आहे आणि या गोष्टीची पूर्वकल्पना दिली नाही असं म्हणून नंतर माझ्यावर आक्षेप घेऊ नका. माझी झोपडी जरी लहान असली, तरी तुम्ही यात नक्कीच राहू शकता. तसंही मी आता माझ्या कामगिरीवर निघणार आहे तेव्हा तुम्ही रात्री निश्चिंतपणे झोपा आणि उद्या सकाळी जा.'

अशा प्रकारे संत जुनेद त्या चोराच्या घरात राहण्यास तयार झाले. त्यांनी विचार केला, 'एका चोरापासून मला कसलं भय? अशी कोणती धनसंपदा माझ्याकडे आहे जेणेकरून मला हानी पोहोचू शकते? खरंतर हा माणूस चोर असला तरी प्रामाणिक दिसतोय.'

वास्तवात जे लोक कपटी असतात त्यांच्यापासून आपल्याला भीती असते. असे लोक दोन्ही बाजूंनी बोलतात. लोकांना संभ्रमात टाकतात. त्यांना नेमकं काय हवंय हेच कुणाच्या लक्षात येत नाही. त्यामानाने चोराबरोबर किती सख्य ठेवायचं आहे हे माहीत असल्याने त्याच्यापासून जुनेदना यत्किंचितही भीती नव्हती.

म्हणून त्या रात्री जुनेद चोराच्या घरात थांबले. चोरही आपलं काम करण्यासाठी निघून गेला. सकाळ होताच चोर घरी परतला, तेव्हा जुनेदने त्याला विचारलं, 'काय झालं?' चोर उत्तरला, 'काम चालू आहे. पण तुमची जर इच्छा असेल, तर आणखी काही दिवस तुम्ही माझ्या घरी राहू शकता.

माझी काहीच हरकत नाही.' त्यावर जुनेदनेही विचार केला, रात्री तर तो चोर चोरी करण्यासाठी जातो आणि दिवसभर झोपून राहतो. यामुळे मला काहीच फरक पडत नाही. म्हणून कित्येक दिवस चोराच्या घरात त्यांनी वास्तव्य केलं. ते दररोज पाहत होते, रात्री चोर चोरी करण्यासाठी बाहेर जातो तरी सकाळी मात्र रिकाम्या हातानेच परततो. जुनेद त्याला वरचेवर विचारायचे, 'काय झालं?' चोर उत्तर द्यायचा, 'काम चालू आहे.' सत्याचा शोध घेणारे संत जुनेद देखील भिक्षा मागण्यासाठी दिवसभर बाहेर जात आणि संध्याकाळी घरी परतत.

अनेक दिवस लोटल्यानंतर जुनेदने चोराला विचारलं, 'तू दररोज रात्री बाहेर जातोस पण आजवर मी तुला धन-दौलत आणताना काही पाहिलं नाही.' आता चोराला संत जुनेदपासून काही धोका नाही हे जाणवलं. म्हणून चोराने उत्तर दिलं, 'खरंतर मी राजाच्या महालातील खजिन्यापर्यंत पोहोचण्यासाठी एक भुयारी मार्ग बनवत आहे. मी रोज रात्री थोडं खोदण्याचं काम करतो पण जेव्हा एखादा शिपाई गस्त घालायला येतो, तेव्हा मात्र मी काम थांबवतो. आजही असंच घडलं. अशाप्रकारे काहीतरी बाधा येतच राहतात आणि मला काम थांबवावं लागतं, म्हणून वेळ लागतोय. आता किती वेळ लागणार हे काही निश्चितपणे सांगता येत नाही. पण एक ना एक दिवस तो खजिना मी मिळवणारच आहे.'

चोराचं बोलणं ऐकून जुनेदला जोरदार झटका बसला. झटका तर कुठेही लागू शकतो. असं नाही की सत्संगातच काही ऐकून झटका लागतो. पण एक मात्र झालं, की चोराची गोष्ट ऐकून संत जुनेदला समज प्राप्त झाली. त्यांना संकेत मिळाला, सत्यश्रवण कुठेही होत असलं तरी नियतीद्वारे संकेत हे मिळतातच. त्यांनी मनात विचार केला, **'एक चोर जर आपल्या कामापासून तोंड लपवत नाही. तेव्हा मी तरी माझ्या कार्यापासून कसा दूर पळू शकतो?** हा चोर असून देखील तन-मन अर्पण करून आपलं काम करीत आहे. पण मी मात्र हताश, निराश होऊन सत्यशोध घेत आहे. तो जर सतत प्रयत्नशील आहे तर मग मीच 'सत्य मिळणार की नाही?' असा विचार करून व्याकूळ का झालोय?' तत्काळ त्यांना आपल्या चुकीचा पश्चात्ताप झाला. त्याच दिवशी संत जुनेदांनी निश्चय केला, 'हा चोर मला गुरुसमान आहे. याच्या कृत्यानं मला जी शिकवण मिळालीय ती मी आयुष्यभर लक्षात

ठेवीन. शिवाय सत्याचा मार्गही सोडणार नाही.' अशा प्रकारे एका चोराला गुरू बनवून सत्यासाठी त्यांनी आपलं पूर्ण जीवन समर्पित केलं.

संत जुनेदांना आपल्या ध्येयप्राप्तीसाठी जसा एकच धक्का पुरेसा होता त्याचप्रमाणे प्रत्येक माणसाला आयुष्यात उद्दिष्टप्राप्तीसाठी कुठला तरी धक्का मिळणं आवश्यक असतं.

आपणही असा विचार करून पाहा, की मी कुठे अडकलोय? मला कोणत्या गोष्टीत रममाण होणं आवडतं? कोणत्या दिखाऊ गोष्टींमुळे मी सत्याच्या मार्गावर वाटचाल करण्यापूर्वीच थांबलोय? माझ्या जीवनात अशा कोणत्या विपरीत गोष्टी घडताहेत ज्यामुळे मला वाटतंय, 'आता काहीच होणार नाही?' मग अशा विचारांनी मी सारे प्रयत्न सोडून द्यावेत?

अशाप्रकारे संत जुनेदच्या या कहाणीद्वारे सत्यशोधकांची तृष्णा पुन्हा जागृत होऊ शकते. परिणामी असे लोक हताश होऊन नव्हे तर मनःपूर्वक सत्याचा शोध घेऊ शकतात. त्यानंतर ते आपली मनःस्थिती, समस्या अशा कुठल्याही गोष्टींची तमा न बाळगता सत्यशोधाच्या यात्रेत मागे वळून पाहत नाहीत. असे लोक निश्चित प्रशंसा करण्यायोग्य असतात. परंतु यात प्रशंसारूपी फळामुळे साधकाचा अभिमान वाढण्याची शक्यताही असते. अहंकार दुखावताच मनुष्य सत्याचा शोध घेणं तत्काळ बंद करतो. यासाठीच अभिमानाला पूर्णपणे जाणा.

अध्याय ३

अंधांमध्ये तिरळा कोण

अभिमानाला आत्ताच जाणा

सत्यशोधकाला आध्यात्मिक मार्गावर वेगवेगळे अनुभव येत राहतात. जसं, ध्यानात रंग, लाइट किंवा किरण दिसणं, शून्य अवस्थेत पोहोचणं... वगैरे. कधी कधी तर बाहेरील जगातूनही सत्यसंकेत मिळतात. स्वप्नात काही दिसणं... घटना होण्यापूर्वीच ती घटना दिसणं... एखादी घटना घडताना ती आधी झाली आहे असं वाटणं... अशा प्रकारचे अनुभव आल्यानंतर साधक सत्यशोधात पूर्णतः तल्लीन होतो. आपला शोध कसा चाललाय? हे आपणही पडताळून पाहायला हवं. मोह-मायेत अडकणं कितपत योग्य वाटतंय? हे अडकणं जेव्हा बंद होतं तेव्हाच सत्यप्राप्तीमध्ये तीव्रता येते, बळ मिळतं.

एखादा माणूस जेव्हा मनःपूर्वक सत्याचा शोध घेणं सुरू करतो, तेव्हा खरंतर गुरूंना त्याची प्रशंसा, कौतुक करायचं असतं. परंतु शिष्याच्या प्रगतीत त्यामुळे बाधा येऊ नये याचाही ते विचार करतात आणि ही गोष्ट ते टाळतात.

कित्येकदा प्रशंसारूपी फळ मिळाल्यानंतर लोकांचा अभिमान बळावतो. ते त्यातच अडकून पडतात. परिणामी त्यांची प्रगती खुंटते. याउलट काही लोक फळाची अपेक्षा न करता नम्रतेनं सेवा करतात आणि सत्याचा शोध घेत राहतात. सेवेतही त्याचं लक्ष फळावर कधीही नसतं. परंतु काही लोक मात्र फळातच अडकतात. त्यांच्यात, 'हे माझ्या चांगल्या कर्माचं फळ आहे. याचं श्रेय इतर कुणालाही मिळता कामा नये,' अशी अहंकाराची भावना निर्माण होते.

कित्येक लोक असेही असतात, ज्यांना वाटतं 'आम्ही इतके श्रम घेतले तर कमीत कमी आमची थोडीफार प्रशंसा तरी व्हावी,' असे विचार करून ते स्वतःच प्रशंसेचे गुलाम बनतात. परंतु अशा शिष्याची प्रशंसा केली जात नाही. कारण त्याच्या त्या इच्छेमागे अदृश्यात काय निर्माण होतंय हे तो अभिमानी शिष्य बघू शकत नाही. त्याला तर केवळ ते अस्थायी फळच दिसतं.

गुरू सर्वांनाच इच्छा, शुभेच्छा, निर्मळ मन, पवित्रतेची शक्ती, अहंकार, क्रोध, द्वेष आणि निमित्त यांसारख्या विषयांवर प्रशिक्षण व मार्गदर्शन देतात. याशिवाय ते विचारांकडे बघण्याची आणि त्यांना समजण्याची कला शिकवतात. त्यामुळे लोकांना या विषयांची समज (शिफ्टिंग) प्राप्त होते. याचा फायदा असा होतो, की अध्यात्मातील निखळलेला दुवा (missing link) आणि स्वतःकडून होणारी चूकही त्यांच्या लक्षात येते. 'माया म्हणजे काय?' 'महामाया म्हणजे काय?' 'प्रत्येक विषयाबरोबर आपली प्रार्थना तर बदलत नाही ना?' अशा सर्व गोष्टींचं भान येतं. अन्यथा सत्यमार्गावर मार्गक्रमण करताना अहंकार हमखास निर्माण होतोच. परिणामी, सत्यसाधकाची प्रार्थना, एकाच दिशेने न होता दुहेरी (डबल टॉस) बनते आणि ही त्याच्यासाठी अतिशय धोकादायक गोष्ट असते.

गुरूंची इच्छा असते, शिष्याचा अहंकार पूर्णतः विलीन व्हावा. सत्यासाठी जिवापाड कार्य करणाऱ्या लोकांना मार्गदर्शन मिळावं. वास्तवात सत्य तर आपल्याच अंतरंगात विराजमान असतं. बाहेरचे गुरू तर केवळ आपल्या अंतर्यामी वसणाऱ्या गुरूंना प्रकट करण्यासाठी येतात. खरंतर ही एक लीलाच असते. जे लोक ही लीला जाणतात ते हताश होऊन नव्हे तर निरंतरपणे याचा अभ्यास करतील. प्रत्येक वेळी ते स्वतःलाच सजग होऊन सांगतील, 'आता मी मध्येच थांबणार नाही. अहंकार जरी आड आला तरी मी नम्र प्रतिसाद देईन.'

कित्येकदा अभिमानामुळे लोक सत्यप्राप्तीच्या मार्गात मध्येच अडकतात. म्हणून अहंकाराला लवकरात लवकर जाणून घेतल्याने ही शक्यता कमी होते. नाही तर एखाद्या कार्याचं फळ आल्यावर काही तरी विशेष घडलंय असंच मनुष्याला वाटतं. अशात तो स्वतःला श्रेष्ठ समजू लागतो. त्याच्यातील अहंकार दिवसेंदिवस वाढतच जातो. एखाद्यासोबत चांगलं काही घडत असेल किंवा जीवनात काही सकारात्मक परिवर्तन होत असेल, तर त्याच्यात अहंकाराचे भाव जागृत होऊ शकतात. समजा, आधी कोणी तमोगुणी असेल तर नंतर तो रजोगुणी होतो आणि जो रजोगुणी असतो तो सत्त्वगुणी

बनतो. तेव्हा याचाही त्याला अभिमान वाटू शकतो. म्हणून जेव्हा एखाद्या माणसात अहंकार जागा होईल, तेव्हा त्याने स्वतःला सांगायला हवं, 'मी इतरांपेक्षा श्रेष्ठ नक्कीच नाही, मी तर अंधांमध्ये तिरळा आहे.' आता जर कोणी, 'मी मुळीच वाईट नाही, मला अंधांमध्ये तिरळा का म्हटलं जातंय?' असा विचार करत असेल, तर तो स्वतःच्या अहंकारी स्वभावाचंच दर्शन घडवत आहे.

आता आपण 'अंधांमध्ये तिरळा' या म्हणीचा अर्थ समजून घेऊ या.

एक माणूस बाथरूममध्ये अंघोळ करत असतो. बाहेर असणारा माणूस त्याला विचारतो, 'तू बाथरूममध्ये आहेस का?' त्यावर आत असलेला माणूस उत्तरतो, 'नाही, मी किचनमध्ये आहे,' तेव्हा त्याचं हे उत्तर काय दर्शवतं? बाथरूममध्ये असून देखील कोणी जर सांगत असेल, 'मी किचनमध्ये आहे,' आणि वर असाही विचार करतोय, 'मी विचारणाऱ्यापेक्षाही श्रेष्ठ आहे' तर वास्तवात तो अंधांमध्ये तिरळा आहे. यात दुसरा माणूस सर्व काही जाणत असूनही विनाकारण प्रश्न विचारतोय, तो जाणून बुजून अंध बनत आहे पण आतमध्ये असणारा तरी कुठे शहाणा आहे. तो तर मुद्दामच तिरळा बनत आहे.

तात्पर्य – जो स्वतःला इतरांपेक्षा श्रेष्ठ समजतो तो माणूस तिरळा आहे, हा संकेत आहे. मग जरी तो नेता, डॉक्टर किंवा शिक्षक असला तरी. म्हणून स्वतःला श्रेष्ठ न समजणंच श्रेयस्कर.

अध्याय ४

आता मानून नव्हे जाणून चला

असली आणि नकली
अहंकारात फरक

एक प्रसिद्ध म्हण सर्वत्र प्रचलित आहे, 'आता आला उंट पहाडाखाली' याचाच अर्थ उंट जेव्हा पहाडाखाली येतो तेव्हाच त्याला कळतं, आपल्यापेक्षाही उंच कोणीतरी आहे. अन्यथा, 'माझ्यापेक्षा सर्वश्रेष्ठ असा कोणी नाहीच. मीच या वाळवंटाचा राजा आहे.' या भ्रामक समजुतीतच तो जगू लागतो. पण त्याच्यापेक्षा वरचढ कोणी मिळताच त्याचा अहंकार आपोआप नष्ट होतो.

पौराणिक कथांमध्ये याची वेगवेगळी उदाहरणं वाचायला, बघायला, ऐकायला मिळतात. भीमाला आपल्या शक्तीचा अहंकार जडताच त्याला हनुमान भेटले, ज्यांची शेपूटही भीम हलवू शकला नाही. सांगण्याचं तात्पर्य, कुणाला सर्वश्रेष्ठ माणूस भेटणं ही वाईट गोष्ट नाही. वास्तविक ही ईश्वरीय कृपा आहे जी त्याला त्याच्याच अहंकाराचं दर्शन घडवते. परंतु एखाद्याला जर अशी व्यक्ती भेटली नाही, तर त्याचा अहंकार तसाच राहण्याची, किंबहुना अधिक वाढण्याचीच शक्यता असते. म्हणून आपल्याला अहंकाराला मानून नव्हे तर जाणून, समजून घेऊन कार्य करावं लागेल. याच अभिमानात 'मान' हा शब्द असून तोच अहंकाराचं मूळ कारण आहे. हाच फरक आहे, अभिमान आणि आत्ता जाण यामध्ये.

अभिमानात आपण एखादी गोष्ट गृहीत धरता, जी स्वानुभवाला अनुसरून नसते. परंतु सत्य जाणल्यानंतर कोणताही पूर्वग्रह न ठेवता अनुभवाने जाणून घेण्यावरच भर द्यायचा असतो. येथे जाणण्याचा अर्थ, स्वतःला स्वानुभवाच्या स्तरावर जाणणं अथवा समजणं. स्वाभिमानाचा अर्थ आहे 'स्वभान' आणि अभिमानाचा अर्थ आहे

'अहंकार.' 'स्व'भानाकडे जाण्यासाठी 'स्व'ची अनुभूती होणं गरजेचं असतं. स्वभान येईपर्यंत सत्यशोधकाला आपल्या प्रवासात कुठेही थांबायचं नसतं. अन्यथा कधी कधी स्वभानाची थोडी झलक मिळताच साधक मध्येच थांबण्याची शक्यता असते. त्यांना वाटतं जणू त्यांनी अंतिम सत्यच प्राप्त केलं. म्हणून ते सत्यशोध बंद करतात. खरंतर सत्यसाधकाला आत्मसाक्षात्काराच्या (स्टॅबिलायझेशन) आधी कुठल्याही फळात अडकायचं नसतं. एखाद्याविषयी मनात शंका आणणं किंवा अनुमान लावणं त्याच्यासाठी नुकसानकारक ठरू शकतं. असं केल्यानं साधक आपल्या मार्गावरून विचलित होऊ शकतो. अध्यात्मात सेवा करताना काही लोकांना दुसऱ्या सेवकाला पाहून मनात न्यूनगंडाची भावना निर्माण होते. काही गोष्टी त्याच्या समजेपलिकडच्या असतात. तो करीत असलेलं काम दुसऱ्या पद्धतीनं पण होऊ शकतं असंही त्यांना वाटतं. कर्म करीत असताना आपल्या आयुष्यात जर असे प्रसंग आले, तर तुम्हाला त्यात गुंतायचं नाही. स्वतःला श्रेष्ठ समजणारे लोक सत्यमार्गात पुढे जाण्याऐवजी मागे जातात. असं करून त्यांचा अहंकार वाढतो आणि आध्यात्मिक स्तरावर त्यांची अधोगती होते. त्यांना अद्याप इतरांची योग्य ओळख न झाल्यामुळे असं घडतं. परंतु 'दुसरा कोणी नाहीच,' हे वास्तव आहे. स्वतःला इतरांपेक्षा वेगळं समजणं म्हणजेच 'खरा अहंकार' होय. आपण जर स्वतःला इतरांपेक्षा वेगळं समजत असाल, तर याचाच अर्थ आपल्या अहंकाराला पुष्टी देत आहात. हे एका उदाहरणाने समजून घेऊ या.

आपण कित्येकदा ग्रुपमध्ये फोटो काढला असेल. जसं, शाळेत, सहलीला गेले असताना, विवाह समारंभात, मित्रपरिवारात किंवा नातेसंबंधात. जेव्हा ते फोटोग्राफ आपण कुणाला दाखवता, तेव्हा स्वतःचा फोटो दाखवताना म्हणता, 'हा बघा माझा फोटो... इतर लोक सगळे खाली बसले आहेत आणि तो ग्रुपमध्ये जो उभा आहे ना, तो मी आहे.' वास्तवात हाच 'मी' जो इतरांपासून स्वतःला वेगळा समजतो तोच खरा अहंकार आहे. असली आणि नकली अहंकारात खूप फरक आहे. बळ, बुद्धी, सौंदर्य, श्रेष्ठता वा अन्य गुणांनी आलेला अहंकार नकली असतो. जो नष्ट झाल्यानंतरही माणूस स्वतःला शरीर समजूनच जगतो. ज्या लोकांना खऱ्या 'मी'ची ओळख होते त्यांच्या जीवनात परिवर्तन यायला लागते. त्यांना कुठल्याही क्षणी समजेचा झटका लागू शकतो. याचाच अर्थ त्यांची विचार करण्याची दिशाच पूर्णपणे बदलू शकते.

सिकंदर, सम्राट अशोक, वाल्मीकी अशा महान लोकांची कहाणी वाचली वा ऐकली तर समजतं, त्यांच्या जीवनाची दिशा बदलली. कारण त्यांनाही कुठला ना कुठला संकेत मिळालाच होता. वेगवेगळ्या वेळी ते अशा महान विभूतींच्या संपर्कात

आले, जेथे त्यांना नवीन पद्धतीनं विचार करणं भाग पडलं. त्या वेळी त्यांना असली अहंकाराचं दर्शन घडलं. 'स्वतःला इतरांपेक्षा वेगळे समजणारे विचारच दुःखाचं कारण आहेत.' हे त्यांनी जाणलं.

याला सम्राट अशोकच्या एका उदाहरणाने समजून घेऊ या...

सम्राट अशोकने बौद्ध धर्माचा स्वीकार केला होता. कधी कधी ते बौद्ध भिक्षुकाचे चरण स्पर्श करीत परंतु सर्वांसमोर असं करायला त्यांना संकोच वाटत असे. कोणी पाहू नये म्हणून ते भिक्षुकांना बाजूला नेऊन त्यांच्या पाया पडत असत. भिक्षूंविषयी त्यांच्या मनात नितांत आदर होता. सम्राट अशोक अगाध शक्तिशाली असल्याने अहंकारवश त्यांना सर्वांसमोर नतमस्तक होणं आवडत नसे.

एकदा सम्राट अशोककडे एक युवा संन्यासी आला. नेहमीप्रमाणे पाया पडण्यासाठी ते त्याला एकांतात घेऊन गेले. त्यानंतर त्यांनी संन्याशाला सांगितलं, 'सम्राट अशोक माझ्या पाया पडले आहेत असं तू कोणाला सांगू नकोस.' अहंकाराचं असंच असतं. त्याला कुणासमोर झुकायला आवडत नाही. संन्यासी सम्राटांचं बोलणं लक्षपूर्वक ऐकत म्हणाला, 'ठीक आहे' आणि त्याने त्याला प्राप्त झालेल्या सिद्धीतील एक सिद्धी सम्राटाला दाखवली. ते पाहून सम्राट आश्चर्यचकित झाले. तो संन्यासी म्हणाला, 'या सिद्धीबाबत कुणाकडे वाच्यता करू नका.' हे ऐकताच सम्राट अशोक क्षणभर हादरलेच. ते संन्याशाला म्हणाले, 'इतकी चमत्कारिक गोष्ट लपवणं माझ्यासाठी अशक्य आहे. मी तुम्हाला इतक्या निष्काळजीपणे वागवू शकणार नाही.'

सम्राट अशोक संन्याशाला म्हणाले, 'आपण संन्यासी आहात आणि ते तर मानवतेचं कल्याण करतात. यासाठी मी आपल्या या सिद्धीला कसं लपवू शकतो? अशा चमत्कारिक गोष्टी अधिक काळापर्यंत दडून राहत नाहीत.' त्यावर संन्यासी म्हणाला, 'महाराज, आपण सांगताय ते अगदी खरंय पण यावर आपण मनन करणं योग्य.' एवढं बोलून तो संन्यासी तेथून निघून गेला.

सम्राट अशोक संन्याशाच्या बोलण्यावर मनन करू लागले. या घटनेत असा कोणता संकेत असावा, ज्याकडे त्या संन्याशाने इशारा केला! काही वेळाने अचानक त्याला त्याचा अर्थ गवसला, 'अरे, हा संकेत तर वास्तविक माझ्यासाठीच होता. मी

भिक्षुकांच्या पाया पडतो ही गोष्ट लपून राहू शकत नाही. मग मी उगाचच ती लपविण्याचा व्यर्थ प्रयत्न का करत आहे?' यानंतर मात्र त्यांना सर्वांसमोर भिक्षूंच्या पाया पडताना जराही संकोच वाटला नाही. या घटनेवरून आपण मनामध्ये कळत नकळत किती अवरोध निर्माण करत असतो याची कल्पना येईल. जसं, नातेसंबंधात, पैशाबाबत, भूत-भविष्याच्या मनोकल्पना रचून वगैरे. जोपर्यंत या बाधा दूर होत नाहीत, तोपर्यंत माणूस आपल्या जुन्या वृत्तींनुसारच व्यवहार करतो. मग नियतीद्वारे जेव्हा त्याला जोरदार धक्का मिळतो, तेव्हा तो त्याची विचार करण्याची दिशा बदलतो.

यासाठी प्रत्येकाच्या मनातील अवरोध दूर व्हायला हवेत. सत्यसाधक जेव्हा कपटमुक्त होऊन आपले विचार व्यक्त करतात, तेव्हा तेही मुक्त होतात. सत्यश्रवण आणि पठणाद्वारे कित्येक लोकांचा अवरोध अचानकपणे निघून जातो. त्यांच्या सर्व समस्या लोप पावतात. एखाद्याचा क्रोध त्वरित नाहीसा होतो. लोकांविषयी वाटणारा द्वेष अचानक नाहीसा होतो, जबाबदारीची जाणीव होते. अशा बऱ्याच गोष्टी घडू लागतात.

अशाप्रकारे सम्राट अशोकला देखील तरुण संन्याशाच्या उपदेशामुळे वास्तवाचं दर्शन घडलं आणि लोकांसमोर नतमस्तक होण्यासंबंधीच्या अडचणी दूर झाल्या.

अध्याय ५

अहंकाराची पार्श्वभूमी ओळखा
फॉल्स सिलिंगमध्ये अडकू नका

अभिमान, स्वाभिमान आणि स्वभान हे सर्व शब्द आपल्याला 'स्व'वर स्थापित करण्यासाठी आहेत. परंतु एखादी व्यक्ती 'स्वभाना'च्या सर्वोच्च अवस्थेकडे न जाता अहंकारातच अडकू शकते. खरा अहंकार ईश्वरापासून (सेल्फ) स्वतःला वेगळं समजून शरीर मानू लागतो. इतरांपेक्षा स्वतःलाच सर्वश्रेष्ठ समजणाऱ्या व्यक्तीला विशेष वागणूक हवी असते. अशी इच्छा बाळगणं म्हणजेच 'असली' अहंकार. नकली अहंकाराला इतरांचं लक्ष आपल्याकडे आकर्षित करायचं असतं. जसं, फोटो दाखवताना, 'हा मी आहे, तो तमका आहे,' अशात एखाद्या व्यक्तीला जर कोणी आवडलं नाही तर तो सांगतो, 'फोटोत जो माणूस उभा आहे ना, तो मला अजिबात आवडत नाही... मी त्याच्यासारखा कधीच होणार नाही...' अशा प्रकारच्या गोष्टी त्या माणसात दडलेला द्वेष दर्शवतात.

अहंकारामुळेच माणूस असं बोलतो. खरंतर या वाक्यावर तो 'यात अहंकार करण्यासारखं काय आहे,' असा विचार करू शकतो. वास्तविक काही कारणवश ती व्यक्ती त्याला आवडत नसल्याने त्याच्याविषयी तो असं बोलला. परंतु या रूपकाद्वारे खरा अहंकार म्हणजे काय हे आपल्या लक्षात येईल. 'माझ्यात तर अजिबात अहंकार नाही,' असं म्हणणं देखील एक प्रकारचा अहंकारच आहे. जोपर्यंत माणूस 'स्वानुभवात' स्थापित होत नाही, तोपर्यंत तो स्वतःला श्रेष्ठ आणि इतरांना कनिष्ठ समजतो. अशा माणसाशी वादविवाद करणं कदापि योग्य नाही. कारण वादविवाद म्हणजे त्या मनुष्याच्या अहंकाराचा सबळ पुरावा होय. कोणी कितीही आपल्या मनाविरुद्ध वागला, बोलला

तरी आपल्याला वादविवाद करण्याची आवश्यकता नाही.

स्वतःला वेगळं समजणारा अहंकार

अहंकारामुळेच माणूस स्वतःला विशेष समजू लागतो. त्याला वाटतं, आपल्याला कायम व्ही.आय.पी. ट्रीटमेंट मिळावी. यालाच 'व्यक्ती का पागलपन' (V.K.P.) म्हणतात. व्यक्तीच्या अशा वागण्यात वेगळ्या आणि विशेष आदर-सत्काराची अपेक्षा असते.

प्रत्येक माणूस कोणती ना कोणती भूमिका वठवत असतो... डॉक्टर, इंजिनिअर, पती-पत्नी, माता-पिता इत्यादी. एखादा त्याला एका भूमिकेत ओळखतो तर दुसरा आणखी वेगळ्या... अशात माणसाला आपल्या एखाद्या भूमिकेविषयी मोह होतो. समजा, कोणी कर्नल आहे तर त्याला वाटतं, सर्वांनी मला कर्नलच समजावं आणि मीही अगदी तसंच वागावं. त्याच्याशी कोणी जर तसं वागलं नाही तर त्याला खूप राग येतो. त्याचप्रमाणे काही लोकांचा स्वतःच्या नावानंतर 'जी' लावायलाच हवा असा हट्ट असतो. समजा, एखाद्याचं नाव पांडे आहे आणि त्यांना जर 'पांडेजी' म्हटलं नाही, तर त्याच्या तळपायाची आग मस्तकाला जाते. येथे 'पांडे' हे नाव उदाहरणादाखल घेतलं आहे. तात्पर्य, माणूस आपल्या नावासाठी वाटेल ते करायला तयार होतो. त्याला एक विशेष ओळख निर्माण करायची असते. तसं पाहिलं तर आपल्याला कोणत्या ना कोणत्या बाबतीत प्रत्येक जण ओळखतच असतो. पण आपण स्वतःला कोणत्या गोष्टीने ओळखता? ही ओळखच आपल्याला अहंकाराची किती जाणीव आहे हे दर्शवते.

प्रत्येक विचाराची नकली पार्श्वभूमी - अहंकार

आपल्याला ज्ञानाचा अहंकार आहे का? ज्ञान प्राप्त केल्यानंतर आपण स्वतःला सर्वश्रेष्ठ समजतो का? आध्यात्मिक पथावर मार्गक्रमण करत असताना ही चूक आपल्याकडून कदापि घडता कामा नये. त्याऐवजी अहंकार म्हणजे काय हे जाणायला हवं.

अहंकार प्रत्येक विचाराची चुकीची आणि नकली पार्श्वभूमी आहे (फॉल्स बॅकग्राउंड). आपण फॉल्स सिलिंगविषयी जाणत असालच. कित्येक घरात याचा प्रयोग केला जातो. ज्या लोकांना घरात मूळ छत आवडत नाही, ते प्रतिध्वनी येऊ नये म्हणून आणि घराचं सौंदर्य वाढावं यासाठी फॉल्स सिलिंगचा उपयोग करतात. याशिवाय खोटी शान दाखवण्यासाठी त्यालाच खरं छत मानून त्यात गुंतून राहतात. याखेरीज असेही

लोक असतात, जे दुसऱ्याचं फॉल्स सिलिंग पाहून आयुष्यभर दु:खी राहतात.

आता आपल्या मनात जे विचार निर्माण होतात त्यामागे मूळ कारण काय आहे? याचा शोध घ्यायला हवा. कल्पना करून बघा, आपण घरी बसून विचार करीत आहात, 'आता मी ऑफिसला जाईन... मग तेथे जाऊन असं करीन... तसं करीन... त्याने असं बोलायला नको होतं...' याचाच अर्थ, 'मी इतरांपेक्षा वेगळा असून या सर्व गोष्टी माझ्याबरोबर घडत आहेत,' या अज्ञानात आपण अडकत चाललो आहोत.

वास्तविक हे विचार फॉल्स सिलिंगप्रमाणे आहेत. म्हणून स्वतःला सांगा, मी स्वतःला जे मानून जगतो ते अयोग्य आहे. यामुळे आपण सजग व्हाल. अन्यथा या विचारांमागे काय कारण असावं याचं आपल्याला विस्मरण घडतं. कित्येक लोक चित्रपट पाहून म्हणतात, 'आयुष्य देखील एक चित्रपटच आहे.' वास्तवात सर्व लोक आपल्या जीवनाच्या चित्रपटात एक विशिष्ट भूमिका वठवताना स्वतःचाच चित्रपट पाहत असतात. परंतु जीवनाचा चित्रपट पाहत असताना आपल्याला त्या पडद्यापर्यंत (स्क्रीनपर्यंत) पोहोचून त्याला जाणायचं आहे. कारण त्यावर आपलीच कहाणी चालली आहे. प्रत्येक भूमिकेमागे एकच स्क्रीन आहे. हा खरा पडदा जाणून घेताच आपला अहंकार विलीन होऊ शकतो. अट एवढीच आहे, की आपल्याला कुठे थांबायचं नाही. कारण सजगतेचा संदेश कुठूनही मिळू शकतो. सत्याची तृष्णा असलेला साधक तर चोरापासूनही धडा घेऊ शकतो, शिकू शकतो.

काही लोक एखाद्या कहाणीला जेव्हा मनोरंजनासाठी वाचतात, तेव्हा ते काही शिकू शकत नाही. त्या कहाणीकडे जर सखोलतेनं बघितलं, तर त्या भूमिका वठवणाऱ्याची अवस्था कशी असेल हे आपण जाणू शकाल. जसं, या कहाणीत राजा अशोक आधी अहंकारी म्हणून ओळखले जायचे. जरा विचार करून बघा, ते 'अशोका दि ग्रेट' म्हणून कसे संबोधले जाऊ लागले? त्यांच्यात इतकं आमूलाग्र परिवर्तन कसं घडलं. यावर मनन केलं तर लक्षात येईल, त्यांच्या जीवनात अशा गोष्टी घडल्या असतील ज्यातून त्यांनी शिकवण घेतली. आपण देखील अशा महान लोकांकडून प्रेरणा घेऊन योग्य पद्धतीने जीवन जगण्याची कला आत्मसात करायला हवी.

अध्याय ६

राजाचं रूपांतर

अंतर्बाह्य स्थानांतर

राजा अशोक हा गुरू चाणक्याचा शिष्य, चंद्रगुप्त मौर्याचा नातू आणि राजा बिंदुसारचा पुत्र होता. राजा अशोकच्या जन्मानंतर त्याची आई म्हणाली, ''आज माझी चिंता दूर झाली. कारण महालात अनेक राण्या आहेत. मला जर मुलगा झाला नसता, तर माझं महत्त्वच संपलं असतं.'' लोकांना जशा अनेक समस्या असतात तशाच राजा अशोकच्या मातेलाही होत्या. परंतु त्या राजा अशोकच्या जन्मानंतर विलीन झाल्या. म्हणून मुलाचं नाव 'अशोक' ठेवलं गेलं. अ-शोक म्हणजे शोक नष्ट करणारा.

राजा अशोकच्या आयुष्याचं अवलोकन केल्यावर लक्षात येईल, की त्यांचं जीवनही सिकंदरासारखंच होतं, सम्राट अशोकदेखील अतिशय महत्त्वाकांक्षी आणि रजोगुणी होते. राजमहालात त्यांच्यापेक्षा मोठे आणखी सावत्रभाऊ होते. खरंतर राजा बिंदुसारला अशोकमध्ये असलेल्या विशेष गुणांची जाण होती. परंतु त्या काळातील मान्यतेनुसार मोठ्या मुलालाच राजगादी मिळत होती. पण अशोक सर्वांत लहान असल्याने अशोकचे पिता स्वतःला विवश समजत होते. म्हणून राजाने एक प्रयोग करण्याचं ठरवलं. त्यांनी प्रत्येक मुलाला एक एक राज्य सांभाळण्यासाठी दिलं. बिंदुसारच्या मोठ्या मुलाच्या राज्यात कुशासनाने प्रजा त्रस्त झाली होती. पण अशोकने मात्र आपलं राज्य योग्य प्रकारे सांभाळून दाखवलं.

राजाने अशोकला त्याच्या मोठ्या भावाच्या राज्यात उद्भवलेल्या समस्येचं निराकरण करण्यासाठी पाठवलं. अशोकने देखील तेथे जाऊन आपली क्षमता सिद्ध करून दाखवली. आता त्याच्या सर्व भावांना खात्री पटली, की राजगादी अशोकलाच

मिळणार. म्हणून ते त्याच्याविरुद्ध षडयंत्र रचू लागले. पण अशोकनेही सर्व षडयंत्रांना चोख प्रत्युत्तर दिलं. त्यानंतर तो 'चंड अशोक' या नावानं प्रसिद्ध झाला. या नावाप्रमाणे त्याचं मनही कारस्थानी होतं. त्याने षडयंत्र रचणाऱ्या सर्व भावांना यमसदनी धाडलं आणि वडिलांचा मृत्यू होताच राजगादीवर स्वत:च ठाण मांडलं.

रजोगुण आणि सत्त्वगुण

राजा अशोकला राज्य तर मिळालं पण आता त्याचा विस्तार कसा करायचा, असे विचार त्याच्या मनात घोळू लागले. सिकंदर सतत असंतुष्ट असल्यामुळे आपलं राज्य कसं वाढेल या विचारांनी प्रेरित होऊन तो युनानहून भारतात आला. रजोगुण माणसाला शांत बसूच देत नाही. मनुष्य जर सत्त्वगुणी बनला नाही, तर मृत्यूपर्यंत त्याची धावपळ चालूच राहते. परंतु अशोक आणि सिकंदर या दोघांमध्ये जमीन-अस्मानाचा फरक होता. राजा अशोक तर जिवंतपणीच शुद्धतेची शक्ती प्राप्त करू शकले. ते सत्त्वगुणी बनले पण सिकंदर मात्र असं करू शकला नाही. दोघांचा जीवनप्रवाह पाहिला, तर परस्परांशी बराचसा मिळता जुळता होता. सिकंदराला अरस्तुसारखे गुरू भेटले होते. पण त्याला त्यांचा लाभ घेताच आला नाही. तो आयुष्यभर केवळ धावपळच करत राहिला. 'आता हे जिंकायचं आहे... त्याला मारायचं आहे...' या महत्त्वाकांक्षेमुळे गुरू मिळाल्यानंतरही सिकंदर पळतच राहिला. सतत धावत राहिल्याने रजोगुणी माणसाची काय अवस्था होते हे आपण सिकंदराच्या जीवनप्रवासावरून समजू शकाल.

राजा अशोकला तर बौद्ध भिक्षुकाच्या रूपात केवळ एक सत्यमुख म्हणजे सत्याचा मार्ग दाखवणारा मनुष्य भेटला होता. त्यामुळेच त्याच्या जीवनात सत्त्वगुणाचे बीज पेरले गेले. राजा अशोक एकदा जखमी झाले होते, तेव्हा त्या भिक्षुकानेच त्यांचा इलाज केला होता. त्या वेळी त्या भिक्षुकाचं जीवन त्यांनी अगदी जवळून न्याहाळलं होतं. जोवर एखाद्याचं जीवन आपण जाणत नाही, तोवर त्याच्यासारखं जगण्याचं आकर्षण, इच्छा आपल्यात निर्माण होत नाही. 'अरेच्च्या, असंही जीवन असू शकतं तर!' असा आश्चर्यभाव जागताच तसं जगण्याची आकांक्षा मनात जागृत होते. भिक्षूचं आयुष्य पाहून राजा अशोकमध्ये काही काळासाठी का असेना, सकारात्मक बदल नक्कीच झाला होता. पण त्यानंतर मात्र तो पुन्हा एकामागोमाग एक युद्ध जिंकू लागला. राजा बिंदुसारने तर त्यालाच राजगादी दिली.

रिकाम्या हाताचं रहस्य

पित्याच्या मृत्यूनंतर राजा अशोक आपल्या राज्याचा विस्तार व्हावा म्हणून

दुसऱ्या राज्यावर आक्रमण करत राहिले. अशात त्यांनी कलिंगावर स्वारी केली. आज जशी वाराणशी, पटना अशी वेगवेगळ्या शहरांची नावं आहेत, तशीच त्या काळातही भिन्नभिन्न नावं होती. अशोकला कलिंगावर राज्य करायचं होतं. परंतु तेथील योद्धे आपल्या देशावर अत्याधिक प्रेम असल्याने खूप बहादुरीने लढत मातृभूमीची रक्षा करत होते. म्हणून आधी तर राजा अशोक अतिशय निराश झाले आणि त्यांच्या अहंकाराला धक्काच लागला. मग त्यांनी पुन्हा एकदा कलिंगावर जोरदार आक्रमण करून त्यावर विजयही मिळविला.

अशातच राजा अशोकच्या जीवनात एक अनपेक्षित घटना घडली, ज्यामुळे त्यांच्यात अंतर्बाह्य कायापालट झाला. पण सिकंदराच्या जीवनात असे क्षण कधीही आले नाहीत. सिकंदराने मरताना, 'माझे हात कबरीबाहेर रिकामे ठेवले जावेत' असं निक्षून सांगितलं होतं. असं सांगून त्यांनी मौलिक सत्य सांगितलं, की एखाद्याला मृत्यूवेळी जरी सत्य समजलं तरी ही किती शुभ गोष्ट आहे. सिकंदराला कमीत कमी मृत्यूसमयी तरी योग्य विचार आला. पण राजा अशोकाला मात्र जिवंतपणीच असं ज्ञान मिळालं ज्यामुळे ते मृत्यूसमयी स्वतःचे रिकामे हात कबरीबाहेर ठेवण्यासाठी दृढतेने सांगू शकले.

मृत्यूचा संकेत

राजा अशोकला विजय मिळताच कलिंगाचं युद्ध समाप्त झालं. त्याचवेळी मानवी इतिहासात एक अद्भुत घटना घडली. विजयाचा आनंदोत्सव साजरा करण्यासाठी ते युद्धभूमीवर गेले. पण पाहतात तर काय, सर्वत्र मृत सैनिक अस्ताव्यस्त पडलेले. जिथे पाहावं तिथं मृतदेहच दिसत होते. ज्या लोकांचे पिता, पुत्र, भाऊ मृत्युमुखी पडले होते त्यांचा आक्रोश काळीज पिळवटून टाकत होता. राजा अशोकने हे भीषण मृत्युतांडव पाहिलं आणि अचानक त्यांना सत्यदर्शनाचा प्रत्यय आला. त्यामुळे ते अंतर्बाह्य हादरून गेले. त्यांच्यात आमूलाग्र परिवर्तन घडलं. हे आश्चर्यच नव्हे का? परंतु वास्तव हे आहे, की आपल्याला जर योग्य दृष्टिकोन प्राप्त झाला, ती कला साध्य झाली तर मृत्युदर्शनही मोठ्या परिवर्तनासाठी निमित्त बनू शकतं.

रमण महर्षींनी आपल्या मृत्यूचं दर्शन केलं आणि ते सत्यात स्थापित झाले. तसं पाहिलं तर मृत्युदर्शनाची संधी लोकांच्या जीवनात दररोज येतच असते. रोज कुणाचा ना कुणाचा तरी मृत्यू होतच असतो. परंतु जेव्हा स्वतःच्या नातेवाइकाचा मृत्यू होतो तेव्हा त्या घटनेकडे आपण कसे बघतो? 'आता मला अमुक सुख मिळणार नाही...

सर्व काही त्याच्यावरच चाललं होतं... आता माझं कसं होणार...' सामान्यपणे अशा प्रकारचे विचारच माणसाच्या मनात येत असतात. अज्ञानातून त्या घटनेकडे पाहिलं, तर दुःखी होणं स्वाभाविक आहे. वास्तविक जी समज यायला हवी होती ती तर येतच नाही!

राजा अशोकने जेव्हा युद्धभूमीवर अनेकांचे मृत्यू पाहिले, तेव्हाचे त्यांचे शब्द लोक आजही आठवतात. '**विजय जर असा असेल तर पराजय कसा असेल? याला आपण न्याय म्हणत असाल, तर अन्याय कसा असेल? ज्या घटनेत इतके लोक दुःखी होत असतील तिला न्याय म्हणणं उचित ठरेल का?**' त्या युद्धात एक लाखाहून अधिक लोक मारले गेले होते, ज्यात सामान्य जनतेचाही सहभाग होता. रणांगणावर कावळे, गिधाडे येऊन मृत शरीरांचं मांस खात असल्याचं राजा अशोकने पाहिलं. असं भीषण दृश्य पाहून ते म्हणाले, '**हा कुठला संकेत आहे? हा मृत्यूचा संकेत आहे की सैतानाचा?**' हिंसेच्या या रौद्ररूपानं शेवटी त्यांना शांतिमार्गावर खेचून आणलं.

अध्याय ७

माणसाच्या मस्तकाचं मूल्य किती

धर्ममार्गच कल्याणमार्ग

राजा अशोकसारख्या राजांच्या बोलण्यात शक्ती असते. लोक पुढेही त्यांनी दिलेल्या मार्गदर्शनावर वाटचाल करतील हे त्यांना ठाऊक होतं. त्यांनी जर काही लिहिलं, तर लोक ते वाचून आचरणात आणतील, त्यांचं जीवन सत्याची अभिव्यक्ती करेल हे त्यांना निश्चितपणे माहीत होतं.

राजा अशोकद्वारे लिहिले गेलेले शिलालेख, स्तंभ म्हणजे त्यांच्याद्वारे झालेली उच्च सेवा होती. कित्येक राजे तर स्वतःच्याच अहंकाराच्या कथा लिहून गेले. परंतु राजा अशोकची अशी इच्छा होती, की त्याच्या मृत्यूनंतरही लोकांनी जाणावं, 'धर्ममार्गावर चालूनच जीवनाचं कल्याण होतं.' त्यांनी यासाठीच स्तंभ आणि शिलालेखावर ते सगळं काही लिहून ठेवलं, जेणेकरून भविष्यातही लोकांचं आध्यात्मिक श्रवण व्हावं.

प्रजेनं धर्माचं आचरण करावं यासाठी काही राजांनी यापूर्वीही प्रयत्न केले होते. परंतु त्यांना त्यात यश मिळालं नाही. राजा अशोकला त्या काळातील परिस्थितीची चांगली जाणीव होती. त्यांना असं काही कार्य करायचं होतं ज्याद्वारे त्यांचा उद्देश सफल व्हावा. त्या उद्दिष्टपूर्तीसाठी त्यांनी आपला सगळा खजिना खाली केला आणि ती सर्व कार्यं पूर्ण केली.

वर्षानुवर्षे अस्तित्वात राहणारी शिकवण

राजा अशोकने बौद्ध धर्म स्वीकारून एक एक स्तंभ, शिलालेखावर त्या धर्माची शिकवण अंकित केली. परंतु ते अहंकारापोटी हे सर्व करू इच्छित नव्हते. आधी ते

हिंसक प्रवृत्तीचे होते. त्यांच्यात इतकी ताकद होती, की केवळ काठीच्या साहाय्याने ते सिंहाला लोळवत होते. पण काही काळानंतर त्यांनीच प्राण्यांची शिकार, हत्या असे हिंसक प्रकार बंद केले. ते पूर्ण शाकाहारी बनले आणि त्यांनी प्रजेलाही शाकाहार, पंचशीलाचं पालन करण्याची प्रेरणा दिली. असं करून लोकांनी पाप-कर्म, हिंसा करू नये, त्यांचं हृदय नम्रता आणि पवित्रतेनं भरून जावं ही त्यांची प्रामाणिक इच्छा होती.

त्या काळात अपराधानुसार डोळे काढणे, हात कापणे अशा शिक्षा दिल्या जायच्या. या सर्व क्रूर शिक्षा त्यांनी बंद केल्या. अपराध्यावरही अत्याचार होऊ नयेत, याची त्यांना जाणीव होती.

राजा अशोक हिंसा म्हणजे काय हे पूर्णतः जाणून होते. ते प्रत्येक भिक्षुकाला उत्सुकतेनं विचारत, 'भगवान बुद्ध काय सांगत होते? त्यांची इच्छा काय होती? त्यांची शिकवण काय होती?' त्या वेळी बुद्धांचं निर्वाण होऊन जवळ जवळ दोन अडीचशे वर्षे उलटली होती. म्हणून सत्य जाणण्यासाठी अशोक वेगवेगळ्या लोकांकडे चौकशी करीत राहिले. हळूहळू त्यांच्या लक्षात आलं, प्रत्येक जण वेगवेगळंच सांगतोय. कुणाचंच एकमत नाही. सिकंदराला कमीत कमी मृत्युसमयी योग्य विचार आले. परंतु राजा अशोकाला जिवंतपणीच असं ज्ञान मिळालं, जे ग्रहण करून त्यांनी आपले रिकामे हात बाहेर ठेवले.

म्हणून त्यांनी 'भिक्षुक' नावाची एक परिषद स्थापन केली. त्या परिषदेत सर्व भिक्षूंना बुद्धांच्या मूळ शिकवणुकीबाबत विचारलं जात असे. त्या काळी आजच्याप्रमाणे रेकॉर्डिंग सिस्टीम उपलब्ध नव्हती. त्यामुळे मूळ ज्ञानात स्वार्थवश लोक आपापल्या समजेनुसार फेरबदल करत होते. काही गोष्टी कमी जास्त करून सांगत होते.

भिक्षुकाने बुद्धांची शिकवण स्मरणात ठेवणं अनिवार्य

त्या वेळी असे अनेक भिक्षुक त्या परिषदेत सहभागी झाले, जे तमोगुणी होते. त्यांना सत्याशी काही घेणं-देणं नव्हतं. एखाद्या मोठ्या कार्याची सुरुवात होते, तेव्हा कितीतरी अनावश्यक लोक त्या कार्यात सहभागी होतात. त्या काळी धर्मशाळाही बांधल्या गेल्या. परिषदेतील लोकांच्या राहण्याची, खाण्या-पिण्याची संपूर्ण व्यवस्था राज्याच्या निधीतून होत असे. यांच्यातच धर्मशाळेचे काही कामचोर लोक पण राहत होते. ते काहीच काम करत नव्हते. नुसते रिकामटेकडे बसून राहायचे आणि म्हणायचे, 'आम्ही तर भिक्षुक आहोत. धर्मशाळेतच पडून राहू आणि येथेच मिळेल ते खाऊ.' पण राजा अशोक जाणत होते, हे स्वतःला भिक्षुक तर म्हणवत आहेत परंतु यांना

बुद्धांची शिकवण ठाऊक नाही. म्हणून त्यांनी अशा सर्व भिक्षुकांना परिषदेतून आणि धर्मशाळेतूनही बाहेर काढण्याचा आदेश दिला. कारण त्यांना बुद्धांची खरी शिकवण लोकांसमोर आणून त्याचाच प्रचार-प्रसार करायचा होता आणि हेच कार्य त्यांनी केलं.

आंतरराष्ट्रीय स्तरावर बौद्ध धर्म

राजा अशोकने आपला तरुण आणि समजूतदार मुलगा महेंद्र व मुलगी संघमित्राला बौद्ध धर्माच्या प्रचारकार्यात सहभागी करून घेतलं. राजाने आपल्याच मुलांना भारत, श्रीलंका, अफगाणिस्तान, युनान, मिस्र अशा ठिकाणी बौद्ध धर्माच्या प्रसारासाठी पाठवलं. बौद्ध धर्माला आंतरराष्ट्रीय धर्माचा दर्जा दिला. राजा अशोकच्या मनात, 'आता सत्याचंच कार्य झालं पाहिजे,' असे दृढ विचार होते. त्याचबरोबर त्यांच्या दोन्ही मुलांना तर जणू जीवनाचं लक्ष्यच गवसलं होतं. राजा अशोकचा अहंकार विलीन झाला होता. मन पवित्र झालं होतं. म्हणून ते सत्याचा सुगंध दूरवर पसरविण्याचं कार्य सहजतेनं करू शकले. आता त्यांनी सर्वांसमोर भिक्षुकाच्या पाया पडायला सुरुवात केली. पण आता नवीनच समस्या उत्पन्न झाली होती. राजदरबारी लोक बोलू लागले, 'हे काय चाललंय? आपण झुकता तेव्हा आपली किंमत कमी होते. आपण तर सम्राट आहात!' पण सम्राट मात्र शांतपणे सर्वांचं बोलणं ऐकत असत.

एकदा राजा अशोकने आपल्या सेवकांना तीन वेगवेगळ्या प्राण्यांचे मस्तक राजदरबारात आणण्यास सांगितले. त्याप्रमाणे लोक ते घेऊन आले. मग त्यांनी माणसाचे मस्तक आणण्याचा आदेश दिला. जिवंत माणसाची हत्या करणं हा गुन्हा असल्यामुळे मृत व्यक्तीचे मस्तक आणण्याची आज्ञा दिली. मग अशोकने त्या सर्व मस्तकांना बाजारात जाऊन विकण्यास सांगितले. सेवकांनी प्राण्यांची मस्तकं तर विकली. पण माणसाचे मस्तक घ्यायला कोणी तयार होत नव्हतं. लोक प्राण्यांच्या डोक्यात भुसा भरून घरात, हवेलीत शोभेसाठी ठेवू शकतात. पण मृत माणसाच्या डोक्याचं काय करणार?

सेवक राजाला येऊन म्हणाले, 'प्राण्यांची मस्तकं तर कमी-जास्त पैसे करून लोकांनी विकत घेतली पण माणसाच्या मस्तकाला घ्यायला कोणी तयार झालं नाही.' मग सम्राट म्हणाले, 'कुणालाही फुकट देऊन टाका.' सेवकांनी दिवसभर प्रयत्न केला पण काही केल्या कोणी तयार होईना. शेवटी थकून भागून सेवक संध्याकाळी परतले. परंतु माणसाचं मस्तक काही विकू

शकले नाहीत आणि कुणाला फुकटही देऊ शकले नाहीत. यावर राजा अशोक सर्वांना उद्देशून म्हणाले, 'बघितलंत,शेवटी माणसाच्या डोक्याची किंमत शून्यच आहे ना! मग असं डोकं नतमस्तक झालं तर त्यात लाज वाटण्यासारखं काय आहे? प्रत्येक प्राण्याच्या डोक्याचं मूल्य आहे. पण माणसाचं डोकं मात्र मूल्यहीन आहे.' राजाच्या या स्पष्टीकरणानं सर्वांना विचार करायला भाग पाडलं.

या घटनेतून अहंभाव बाळगणं जराही इष्ट नाही हाच बोध मिळतो. मृत्यूनंतर काय घडतं? माणसाचं डोकं स्मशानात दफन केलं जातं म्हणून माणसानं नेहमी नम्र राहावं.

राज्यातले मंत्री तर येणाऱ्या भिक्षूंच्या जाती-धर्माविषयीच विचार करत होते. परंतु तसा विचार केला तर आधी ते भिक्षू कोण होते? ब्राह्मण, क्षत्रिय, वैश्य की शूद्र? त्या काळी भिक्षूंमध्ये सर्व जातीचे लोक समाविष्ट होते. निम्न जातीच्या भिक्षूंना जर राजाने आदर दिला तर मंत्रिगण नाराज होत असत. म्हणून सर्वांना धडा मिळावा, काही बोध व्हावा या हेतूने राजाने हे नाटक केले. तेव्हा कुठे सर्वांना समजलं, की भिक्षूंचा सन्मान करून त्यांच्या पाया पडतो म्हणून राजाला दोष देण्याची गरज नाही.

अध्याय ८

मूल्यहीन 'अमूल्य' कसं बनेल
ग्रेट आणि ग्रेटेस्टमधून मुक्तीचा मार्ग

निसर्गाचे संकेत समजण्यासाठी स्वतःला सांगा, 'नियती मला संकेत देत आहे.' ते ओळखून धन्यवाद द्या. मग जरा काळजीपूर्वक आपल्या सभोवताली पाहा. लोक काय सांगत आहेत? त्यांच्याद्वारे कोणते संकेत मिळत आहेत? कित्येकदा निर्णय घेण्याआधी आणि नंतरही संकेत मिळतात. त्यानंतर आपल्या लक्षात येतं, हे संकेत उद्दिष्टपूर्तीकडेच इशारा करत आहेत.

अहंकाराचा विजय होऊ देऊ नका

राजा अशोकने तर मृत्यूचा संकेत समजून आता अहंकाराचा (सैतानाचा) विजय होऊ द्यायचा नाही, असं मनोमन ठरवलं होतं. खरं यश कोणतं हे आपणही जाणावं, म्हणजे मग यश आपलंच. राजा अशोकाप्रमाणे आपणही जाणून घ्यावं, की खरं यश नेमकं कशात सामावलंय…तसं पाहिलं तर, समर्पण करून माणूस कचराच समर्पित करत असतो. 'मूल्यहीन वस्तू जेव्हा आपल्या आत्मसाक्षात्कारासाठी मदत करतात, तेव्हा त्या अमूल्य बनतात.'

इतिहासात अलेक्झांडर, 'दि ग्रेट' तर बनलेच होते पण आज अशोकने एक पाऊल आणखी पुढे टाकून ते 'दी ग्रेटेस्ट' बनले. हा फरक कसा पडला? अलेक्झांडर 'मीच ग्रेट' या अहंकारात अडकले. परंतु अशोक मात्र 'मी इतरांपेक्षा श्रेष्ठ आहे,' हा विचार येताच 'हा तर तिरळा विचार आहे,' हा संकेत त्वरित पकडू शकले. एखादा महान होण्याच्या मोहात पडला नाही, तर 'ग्रेटेस्ट' हे विशेषण स्वतःहून त्याच्याकडे

येतं. यासाठी आपण आपला वर्तमान उत्तम बनवायला हवा. मग इतर गोष्टींचं आगमन आपोआप आपल्या जीवनात होईल.

आपण जेव्हा कचरापेटीत कचरा टाकता, तेव्हा आपला अहंकार 'मी कचरा टाकला,' हा विचार करून वाढतो का? नाही. कारण आपल्याला ठाऊक असतं, 'मी कचरा बाहेर फेकलाय तर त्यात मोठी गोष्ट ती काय?' नेमकी हीच गोष्ट अशोकने सांगितली होती. 'मस्तक झुकवताना तर कचराच समर्पित करत आहात. त्यात लाज वाटण्यासारखी गोष्ट कोणती?' योग्य समज असेल, तर हे सहजरीत्या होऊ शकतं.

अमूल्य म्हणजे ज्याचं कोणतंच मूल्य करता येत नाही. मूल्यहीन म्हणजे ज्याचं काडीमात्रही मूल्य नाही. आपलं डोकं जर आत्मसाक्षात्कारासाठी निमित्त बनलं किंवा सत्याचा शोध घेण्यात ते मदत करत असेल, तर ते 'अमूल्य' असेल अन्यथा ते मूल्यहीनच ठरेल.

यासाठी मस्तकाचा उपयोग नेहमी हृदयावर जाण्यासाठी करावा. असं जर होत असेल, तर हीच मूल्यहीन गोष्ट अमूल्य बनते. आपली बुद्धी जर अहंकार आणि स्वाभिमानातील फरक जाणून 'स्वभानाकडे' घेऊन जात असेल, तर ती कामाची आहे. कित्येकदा लोक स्वाभिमानाच्या गोष्टी करत असताना अहंकाराकडे कधी झुकतात हेच त्यांना समजत नाही. त्यांना वाटतं, 'हा माझा स्वाभिमान आहे... 'स्व'आदर (सेल्फ रिस्पेक्ट) आहे... आत्मसन्मान (सेल्फ इस्टीम) आहे...' परंतु नकळत ते अहंकाराच्या आहारी कधी जातात, हेच त्यांना कळत नाही.

अहंकारशून्य होण्याचं महत्त्व

आज आपली परिस्थिती कशीही असली, आपल्यात कितीही गुण असले तरी प्रामाणिकपणे शोध घ्या, 'हा विचार मला अहंकाराकडे तर घेऊन जात नाही ना? मला वाटतंय, हा स्वाभिमान आहे पण याने माझा अहंकार तर वाढत नाही ना?' हा प्रश्न प्रत्येक घटनेत विचारल्याने 'अहंकारशून्य' होण्याचं कार्य सुरू होतं.

आज आपण भारताच्या ध्वजावर, मुद्रेवर आणि नाण्यांवर राजा अशोकचे स्तंभ आणि अशोकचक्र पाहतो. हे कसं घडलं असा प्रश्न तुम्हाला कधी पडलाय? अव्यक्तिगत (इम्पर्सनल) कार्य केल्यानेच सर्वांचं मंगल होऊ शकतं. असं कार्य केल्यानेच अहंकार विलीन होऊ शकतो.

खंड २
अहंकाराची छाया

अहंकार स्वत:चा बचाव करण्यासाठी आपल्या चुकांचं खापर इतरांच्या डोक्यावर फोडू पाहतो. म्हणून अहंकाराची सेवा करू नका.

―――――――――――
―――――

पृथ्वीवरील नातेसंबंध म्हणजे वास्तवात अहंकार विलीन करण्यासाठीची अमूल्य व्यवस्था होय.

―――――――――――
―――――

अहंकाराला लाभ हवा असतो, तर नम्रतेला सत्याची ओढ असते. म्हणून लाभ आणि लक्ष्य यांमध्ये नेहमी लक्ष्याची निवड करा.

―――――――――――
―――――

अध्याय ९

कहाणीची हानी
जीवन-गीत-गीता

संसार म्हणजे एक विशाल वृक्षच आहे. या वृक्षावर वेगवेगळ्या रंगांचे, रूपाचे आणि स्वभावाचे पक्षी बसले आहेत. सगळ्यांचा आपापला वेगळा स्वर आहे, वेगळं गीत आहे आणि वेगळी गीताही आहे. निसर्गात प्रत्येकाचं वेगळं सौंदर्य आहे. कोणीही इतरांशी ईर्ष्या करत नाही. झेंडूचं फूल कधी असा विचार करत नाही, की माझा रंग, रूप गुलाबाच्या फुलासारखं का नाही! आणि गुलाबाच्या फुलाला 'मला मोगऱ्यासारखा सुगंध का नाही?' या गोष्टीचं कधी दुःख होत नाही. निसर्गातले सगळे घटक अंतर्यामीच्या आनंदाची अभिव्यक्ती करतात. कोकिळा गीत गाते, चिमणी चिवचिव करते. फक्त माणूस हाच एकमेव असा प्राणी आहे, जो दुसऱ्यांकडे पाहून, इतरांच्या गीतेमध्ये अडकून स्वतःच्या जीवनात दुःखाला आमंत्रण देतो. समंजस मनुष्याला निसर्गापासून प्रेरणा घेत, दुसऱ्यांच्या गीतेमध्ये न अडकता स्वतःची गीता वाचण्याचा अभ्यास करायला हवा.

स्वतःच्या गीतेचा अभ्यास करणं म्हणजे स्वतःचे गुण, स्वभाव आणि प्रकृतिनुसार मार्गदर्शन प्राप्त करणं. महाभारतात रणांगणावर अर्जुनाच्या मनात नातलगांविषयी असणारी आसक्ती उफाळून आली, तेव्हा याच आसक्तीला नष्ट करण्यासाठी श्रीकृष्णाच्या मुखातून मार्गदर्शन आलं. खरंतर, अर्जुनासाठी गीता होती- 'मोहाचा त्याग करून युद्ध कर.' जर श्रीकृष्णाने दुर्योधनाला समज दिली असती, तर गीतेचा संदेश 'युद्ध करू नकोस,' असा असता. याप्रमाणे शकुनीच्या गीतेचा संदेश असता, 'कपट करू नकोस.' सांगण्याचं तात्पर्य, माणसाचे गुण, त्याचा स्वभाव आणि काळाच्या गरजेनुसारच त्याची गीता सांगितली जाते, जी योग्य समज आणि अचूक मार्गदर्शन देते.

रजोगुणी माणसाच्या गीतेमध्ये 'थोडं थांब आणि आराम कर,' असा संदेश असेल. पण तमोगुणी माणसाच्या गीतेमध्ये 'ताबडतोब उठून काम कर,' असाच संदेश असेल. आपण वाघाला अहिंसेचं महत्त्व सांगू शकत नाही, पण अहंकारी माणसाला मात्र अहिंसेच्या गीतेचा पाठ शिकवायला हवा.

यासाठी संसारात सर्वांनी स्वत:च्या गीतेनुसार आनंद घ्यावा, आपल्या स्वराची आणि गीताची इतरांशी तुलना करू नये. हे वारंवार सांगूनसुद्धा मनुष्य आपला धडा शिकत नाही. म्हणून तो स्वत:ला इतरांपासून वेगळा समजतो आणि स्वत:च्याच गीताचं कौतुक ऐकण्याची इच्छा करतो. त्याची हीच इच्छा असते, की त्याचं गीत इतरांच्या गीतापेक्षा श्रेष्ठ आणि वेगळं असावं, सर्वांनी त्याचंच गीत गुणगुणावं. इतरांपासून वेगळं दिसण्याची इच्छा आणि इतरांपेक्षा श्रेष्ठ बनण्याची आकांक्षाच मनुष्यामधे सूक्ष्म अहंकार निर्माण करते. जेव्हा इतरांपेक्षा वेगळं दिसण्याची इच्छा नष्ट होते, तेव्हाच आपण अखंड गीत गाऊ लागतो आणि त्या गीताच्या आनंदाला अंत:करणात अनुभवतो.

वेगळी ओळख असण्याची इच्छा आपल्याला कशा प्रकारे भटकवते आणि आपलं किती मोठं नुकसान करते, हे एका उदाहरणातून समजून घेऊ –

> एका कागदावर 'कहाणी' लिहिली आहे. ही कहाणी क, ख, ग, घ,... अशा अनेक अक्षरांनी बनली आहे. पण 'कहाणी' चे 'क' हे अक्षर विचार करते, ''मी इतर अक्षरांपेक्षा किती खास आहे ना! माझी वेगळीच ओळख आहे. इतर सगळ्या अक्षरांशी तुलना केली, तर मी कितीतरी श्रेष्ठ आहे.'' थोडक्यात 'क' या अक्षरामध्ये इतर अक्षरांपेक्षा वेगळं दिसण्याचा सूक्ष्म अहंकार जागृत होतो. जेव्हा 'क' हे अक्षर 'कहाणी'पासून वेगळं होतं, तेव्हा शिल्लक राहते 'हाणी'... हाणी म्हणजेच 'हानी' ज्याला आपण 'नुकसान' म्हणतो. या अहंकारामुळं कहाणीची तर हानी झालीच, पण 'क' हे अक्षर सुद्धा एकाकी पडलं. आता 'क' कितीही श्रेष्ठ अक्षर असलं, तरी ते अर्थहीन ठरतं. कारण वेगळं झाल्यामुळे त्याला कोणी वाचणारही नाही. वेगळं होऊन 'क' ने आपलं सगळं महत्त्व गमावलं.

इतरांपेक्षा वेगळी आणि स्वतंत्र ओळख असण्याचा सूक्ष्म अहंकार आपलं 'आंतरिक' नुकसान करू शकतो. जो मनुष्य अज्ञानाच्या नरकात आणि सूक्ष्म अहंकाराच्या चक्रात अडकला आहे, त्याला हे नुकसान सहजपणे ध्यानात येत नाही. तो रात्रंदिन सूक्ष्म अहंकाराच्या सेवेतच असतो. 'असं काय करू, नेमके कोणते कपडे

घालू, असं काय बोलू, जेणेकरून मी दुसऱ्यांपेक्षा वेगळा आणि श्रेष्ठ ठरेन?' असा इतरांपेक्षा वेगळं दिसण्याचाच विचार करत तो सुखदु:खाच्या चक्रात अडकतो. स्वत:च निर्मिलेल्या नरकात यातना भोगू लागतो. पण जेव्हा तो उच्च चेतना असणाऱ्या व्यक्तीच्या संपर्कात येतो, तेव्हा उच्च चेतना असणारी व्यक्ती त्याला उच्चतम समाजाचा दृष्टिकोन देते आणि हे समजावून सांगते, की ज्या नरकात तो यातना भोगतोय तो नरक नसून त्याने स्वत:च विणलेलं भ्रमाचं जाळं आहे. पण तरीही अहंकारी मनुष्याला हे समजत नाही. स्वत:च्या निम्न चेतनास्तरावर तो जे काही भोगत असतो, तेच त्याला सत्य वाटू लागतं.

वास्तव हेच आहे, की चेतनेच्या ज्या स्तरावर दु:ख आणि समस्या येते, त्याच स्तरावर समस्येचं समाधान उपलब्ध नसतं. यासाठी आपल्याला ज्ञानाद्वारे समज मिळवून आपल्या चेतनेचा स्तर वाढवावा लागेल. चेतनेचा स्तर वाढताच आपल्याला हे ध्यानात येईल, की मुळात कुठली समस्याच नाही आणि जर समस्या असेल, तर तिचं समाधान चेतनेच्या उच्च स्तरावर गेल्यावरच प्राप्त होईल. चेतनेच्या उच्च स्तरावरूनच आपल्याला निम्न स्तर स्पष्टपणे दिसू लागेल. म्हणून जेव्हा जेव्हा समस्या येईल, तेव्हा हेच समजावं, की चेतनेचा स्तर बदलण्यासाठी संकेत मिळाला आहे.

समजा, आपण जिथे उभे आहात तिथे जर आपल्याला इलेक्ट्रिक शॉक बसला तर आपण काय कराल? सामान्य ज्ञान हेच सांगतं, की आपण आपली जागा बदलावी. जर आपण जमिनीवर उभे असाल, तर आपल्याला लाकडी टेबलावर उभं राहावं लागेल. मग आपण त्या शॉकपासून वाचू शकतो. आपण जर आधी उभे होतो, तिथेच थांबलो तर शॉक लागणारच ना!

हीच गोष्ट आपल्या जीवनाला लागू पडते. चेतनेच्या ज्या स्तरावर आपल्याला दु:ख होतंय, त्या स्तरावरून उच्च चेतनेच्या स्तरावर जायला हवं. मग दु:ख आपोआपच विलीन होईल.

अध्याय १०

स्वार होऊ देऊ नका अहंकाराला...
मिटवून टाका वेगळं दिसण्याच्या भावनेला

अहंकार माणसाकडून स्वत:ची सेवा करवून घेतो. अहंकाराची सेवा करून माणसाला तात्पुरती संतुष्टी मिळते. समजा, आपला मित्र, बॉस किंवा जवळचा नातलग आपल्याला असं काही बोलतो, ज्यामुळे आपल्या अहंकाराला धक्का बसतो. पण त्या वेळी आपण समोरील व्यक्तीला प्रत्युत्तर देऊ शकत नाही. या घटनेनंतर मात्र आपल्या मनात हीच खळबळ माजू लागते, की त्या व्यक्तीला मी कधी एकदा 'जशास तसं' उत्तर देईन. त्या क्षणापासून आपला अहंकार आपल्याला निवांत बसू देत नाही. मन अशा दृश्यांची कल्पना करत बसतं ज्यामध्ये आपण त्या व्यक्तीला सडेतोड उत्तर देऊन सगळा संताप बाहेर काढतोय.

अहंकाराला असंच वाटतं, की त्या व्यक्तीला प्रत्युत्तर दिल्याशिवाय शांतीच मिळणार नाही. मग आपण जशी कल्पना केलेली असते, अगदी तशीच घटना प्रत्यक्षात समोर येते. खरंतर तुम्हाला हे माहितीच नाही, की निरंतरपणे त्याच घटनेचा विचार केल्यामुळे ती प्रार्थना बनते आणि तशीच घटना प्रत्यक्षात साकार होते. अशा वेळी ज्ञान आणि समज नसेल, तर तुम्ही तेच बोलाल ज्याचा तुम्ही संतापाच्या भरात विचार केला होता. यामुळेच समस्या अधिक तीव्र होऊन तुमचे त्या व्यक्तीशी असणारे संबंध विकोपाला जातात.

माणूस अज्ञानामध्ये अहंकाराचीच सेवा करतो आणि स्वत:च्याच पायावर कुऱ्हाड मारून घेतो. पण जर त्याला 'तेजसमज' असेल, तर अशा परिस्थितीतही तो प्रतिसाद देण्यापूर्वी थोडं थांबून विचार करेल, ''पूर्वी अज्ञानात माझ्याकडून जो विचार झाला, त्यानुसार वागण्याची आज खरंच गरज आहे का?'' तेजसमज प्राप्त होताच अहंकाराची त्वरित जाणीव होऊन त्याची सेवा न करण्याचाच निश्चय होतो. अहंकाराची सेवा

केल्यानं नुकसान स्वत:चंच होतं, याची सजगता बाळगायला हवी. मग कोणत्याही परिस्थितीत अहंकार तुम्हाला त्याची सेवा करण्यासाठी राजी करू शकणार नाही. अहंकार तुमच्यावर स्वार झाला तर हे नक्की समजा, की अहंकाराकडून संमोहित होऊन संसाराच्या मायाजालरूपी भ्रामक खेळालाच (दिखावटी सत्यालाच) तुम्ही खरा खेळ मानलंय. तुम्हाला वाटेल, की हा खेळ म्हणजेच वास्तविक जीवन आहे आणि आपला जन्म हाच खेळ खेळण्यासाठी झालाय.

अहंकाराचा प्रत्येक पैलू जाणून घेताना, आपल्या आतील अहंकाराच्या जन्म-मरणाला समजून घेणं खूप महत्त्वाचं असतं. अहंकार दिवसात किती वेळा तयार झाला आणि किती वेळा विलीन झाला, हे जर आपल्याला समजलं, तर जन्म-मरणाच्या चक्रापासून मुक्ती मिळेल. हे जन्म-मरणाचं चक्र मानवी शरीरासाठी नाही तर अहंकाराच्या जन्म-मृत्यूसाठी म्हटलं गेलंय. याच अहंकारापासून कायम मुक्ती मिळावी म्हणून भक्त आणि योगिजन ईश्वराकडे प्रार्थना करत असतात.

अहंकाराला विलीन व्हायचं नसतं

अहंकाराला स्वत:चा मृत्यू कधीच होऊ द्यायचा नसतो. उलट त्याला स्वत:चं स्वतंत्र अस्तित्व टिकवायचं असतं. जिवंतपणीच आपल्याला ही समज प्राप्त झाली, तर अहंकार स्वत:च्या मृत्यूसाठी उपयोगी ठरणारी हत्यारं स्वत:हून तुमच्या स्वाधीन करेल. अहंकाराशी लढून तुम्ही कधीच जिंकू शकणार नाही. ज्या लोकांनी तप, कर्मकांड, हटयोग किंवा विधींच्या माध्यमातून अहंकाराशी लढून जिंकण्याचा प्रयत्न केला, त्यांना कधीच सफलता मिळाली नाही. उलट या सर्व विधींमुळे त्यांचा अहंकार पूर्वीपेक्षा वाढला. 'मी इतकी कठीण तपश्चर्या केली, योगसाधना केली, मीच सर्वश्रेष्ठ,' हा अहंभाव मोठमोठ्या योग्यांना सूक्ष्म अहंकाराच्या जाळ्यात अडकवतो. सिद्धीच्या मार्गाने जाणाऱ्यांसोबत नेमकी हीच गोष्ट घडते, कारण त्यांच्यात सिद्धीप्राप्तीमुळे इतरांहून वेगळं आणि श्रेष्ठ असण्याचाच भाव तयार होतो.

पौराणिक कथांमधे अशी कित्येक उदाहरणं सापडतात. अनेक ऋषीमुनी आणि तपस्वींकडून क्रोधाला बळी पडल्यामुळं सिद्धींचा प्रयोग दुसऱ्यांना शाप देण्यासाठी केला गेला. सिद्धींपासून मिळणाऱ्या लाभाच्या मोहात फसून कित्येक लोक सिद्धी प्राप्त झालेल्यांना गराडा घालतात. पण यामुळे त्यांचा अहंकारच पुष्ट होतो. त्यांना वाटतं, की त्यांच्या सिद्धीमुळेच लोकांचं कल्याण होतंय. अशा लोकांना अहंकाराकडूनच मार्गदर्शन मिळत असतं. हेच घडलं शिशुपालासोबत... कसं ते अध्याय क्रमांक ११ मध्ये पाहू या...

अध्याय ११

खरा मायावी कोण
पावित्र्याची शक्ती

शिशुपाल हा कृष्णाच्या आत्याचा मुलगा होता. शिशुपाल स्वत:ला फार मोठा योद्धा समजायचा. तो कृष्णावर आरोप करत होता, ''कृष्णा, तू मायावी आहेस.'' पण शिशुपाल जर स्वत:ची गीता ऐकण्यासाठी तयार असता, तर कृष्णाने त्याला उपदेश केला असता, ''आधी स्वत:च्या बालपणात डोकावून बघ, तुझ्या जीवनाचं अवलोकन कर. शोध घे की खरा मायावी कोण आहे?''

अज्ञानात अहंकाराला बळी पडून थोडासुद्धा विचार न करता लगेच दुसऱ्यांवर आरोप करणं, हे तर माणसाचं वैशिष्ट्य आहे. माणसाचा अहंकार स्वत:ला बरोबर आणि इतरांना खोटं सिद्ध करण्यात तरबेज असतो. अहंकार म्हणतो, ''मी इतरांपेक्षा वेगळा आहे आणि मीच बरोबर आहे. कुणी मला चुकीचं बोललेलं अजिबात चालणार नाही. मी जे करतो तेच बरोबर... मला कोणी समजूनच नाही घेत... मला पण भावना आहेतच ना...''

विश्वातला प्रत्येक गुन्हेगारसुद्धा हेच बोलत असतो. कित्येक हत्या करूनही तो स्वत:ला चुकीचा समजत नाही. त्याच्याजवळ आपल्या प्रत्येक गुन्ह्यासाठी कोणतं ना कोणतं कारण तयार असतंच. तो अनेक कारणं देत स्वत:लाच बरोबर सिद्ध करण्याचा प्रयत्न करतो. सांगण्याचं तात्पर्य, अहंकार स्वत:ला कधीच चुकीचं समजत नाही.

खरा मायावी कोण

'चेदी' नावाचं राज्य होतं... दमगोश हा त्या राज्याचा राजा होता. या

दमगोश राजाची पत्नी म्हणजे श्रीकृष्णाचे पिता, वसुदेवांची बहीण. शिशुपाल हा तिचा पुत्र. जेव्हा शिशुपालाचा जन्म झाला, तेव्हा त्याच्या शरीराची रचना खूपच असामान्य होती. त्याला दोन ऐवजी चार हात होते आणि कपाळावर एक अतिरिक्त डोळा होता, जो कायम बंद असायचा. गंमत म्हणजे सामान्य माणसाला असतात तसे दोन डोळेही त्याला होते, पण ते कधीच म्हणजे अगदी रात्रीही बंद होत नसत. शिशुपालाचं हे विकृत रूप पाहून लोक घाबरून जायचे. ते म्हणायचे ''शिशुपाल म्हणजे आपल्या सर्वांचं अहित करणारी मायावी शक्ती आहे. म्हणून शिशुपालाला लहानपणीच मारून टाकण्यात सर्वांचं भलं आहे.'' शिशुपालाचा पिता म्हणजेच राजा दमगोशसुद्धा या गोष्टीशी सहमत होता. पण आईचं बिनशर्त प्रेम हे सर्व करायला मुळीच तयार नव्हतं. राणी म्हणाली ''हा निर्णय घेण्यापूर्वी ज्योतिषांना विचारू. बघू काही उपाय निघतो का!''

ज्योतिषाने शिशुपालाविषयी सांगितलं, ''हा बालक मोठेपणी पराक्रमी योद्धा बनेल आणि ज्या माणसाच्या कुशीमध्ये याचे अतिरिक्त हात आणि कपाळावरचा डोळा गायब होईल, त्याच माणसाकडून या बालकाचा मृत्यू होईल.'' ज्योतिषाची भविष्यवाणी ऐकताच राजाने सुटकेचा नि:श्वास टाकला. भविष्यात बाळाचं विकृत शरीरही ठीक होईल आणि तो मोठा योद्धाही बनेल, हे ऐकून राजा मनोमन सुखावला. राहिली गोष्ट शिशुपालाच्या मृत्यूची. त्यावर काहीतरी सुरक्षेचा उपाय करता येईल, असा विचार करून शिशुपालाला जिवे मारण्याचा निर्णय राजाने रद्द केला.

आता राजा-राणी शिशुपालाला सर्व परिचितांच्या, पाहुण्यांच्या कुशीत द्यायला लागले. पण याचा काहीच परिणाम झाला नाही. एक दिवस कृष्ण आणि बलराम राजाकडे आले असताना प्रथम बलरामाकडे शिशुपालाला देण्यात आलं, पण काहीच फरक पडला नाही. मात्र कृष्णाने बाळाला कुशीत घेतलं आणि काय आश्चर्य... शिशुपालाचं विकृत रूप क्षणार्धात नाहीसं झालं. त्याचे अनावश्यक हात आणि डोळा गायब झाला. सामान्य माणसाच्या डोळ्यांप्रमाणे असणाऱ्या त्याच्या दोन्ही डोळ्यांची योग्य वेळी उघडझाप होऊ लागली.

कथांमधे कोणत्याही विस्तृत घटनांना अशा प्रकारे थोडक्यात सांगून सहजता

आणली जाते. अशा घटनांना चमत्काराचं नाव दिलं जातं, जेणेकरून कथा लहान आणि रंजक बनावी. आजकाल आपण अशा बातम्या ऐकतोच, की मोठ्या शस्त्रक्रियेद्वारे विकृत शरीर असणाऱ्या बालकांना सामान्य शरीर देण्यात डॉक्टरांना यश मिळालं. त्या काळी देखील वैद्यकशास्त्रात (मेडिकल सायन्स) अशी प्रगत तंत्रे होती, ज्याद्वारे विकृत शरीरांना सामान्य रूप देणं शक्य व्हायचं. पण कथेमध्ये याचं विस्तारानं वर्णन करण्याऐवजी अगदी सरळपणे सांगितलं गेलं, की कृष्णाच्या कुशीत बाळ येताच त्याला सामान्य रूप प्राप्त झालं. हे पाहून सर्व खूश झाले आणि कृष्णाला धन्यवाद देऊ लागले.

या कथेवर मनन केल्यास ध्यानात येतं, की खरा मायावी तर शिशुपाल होता. अर्थात शिशुपालाच्या मूळ स्वरूपात जे 'अतिरिक्त' जोडलं गेलं, ती म्हणजेच 'माया' (माया ही अशी गोष्ट आहे, जी साधारण गोष्टींनाही नेहमी वाढवून दाखवते). मनुष्य एक साधारण गोष्ट पाहतो आणि लगेच प्रतिक्रिया देतो, ''हे खूपच भयानक आहे!''

एक मनुष्य म्हणतो, ''तो माणूस असं काही बोलला, की ऐकूनच मला धक्का बसला.'' या ओळीमध्ये 'तो माणूस मला काही बोलला' इथपर्यंत ठीक होतं, पण 'मला धक्काच बसला' हे मात्र अतिरिक्त होतं. प्रत्येक घटनेतील हे अनावश्यक, अतिरिक्त विचार म्हणजेच त्या माणसाची 'मान्यकथा'. याचाच अर्थ माणसाच्या आयुष्यात जे अनावश्यक दिसतं तो सर्व मायेचा खेळ असतो. 'हा मला पसंतच नाही करत... हा किती खडूस दिसतो... तो खूप वाईट माणूस आहे... हा तर कधीच बदलणार नाही... तो तर कधीच सुधारणार नाही...' अशा अनावश्यक, अतिरिक्त गोष्टी मायाच दाखवत असते.

शिशुपालाच्या कथेवर पुन्हा मनन केल्यास ध्यानात येईल, की कृष्ण म्हणजे सत्याचं प्रतीक आहे. सत्याच्या कुशीत येऊन, सत्यामध्ये समर्पित होऊन मायेची अतिरिक्त इंद्रिये गायब झाली. सत्याप्रती समर्पित होणारेच बोलू शकतात, ''आता आम्हाला अतिरिक्त गोष्टी दिसत नाहीत, उलट जितकं आहे तितकंच दिसतं आणि जसं आहे तसंच दिसतं.''

कहाणीमध्ये ज्योतिषाने सांगितलं होतं, ''ज्याच्या कुशीत या बालकाचं शरीर सामान्य रूपात येईल, तोच या बालकाच्या मृत्यूचं कारण बनेल.'' म्हणून शिशुपालाच्या आईला एकच चिंता सतावू लागली, 'आता कृष्णापासून शिशुपालाचं रक्षण कसं करावं?' खूप विचार करून शिशुपालाची आई कृष्णाला म्हणाली, ''तू मला वचन दे कृष्णा, शिशुपालाकडून

कोणताही अपराध घडला तरी तू त्याला मारणार नाहीस. तू त्याला कायम क्षमाच करशील.'' तेव्हा कृष्णाने तिला वचन दिलं, ''मी त्याच्या शंभर चुका माफ करेन, पण शंभराहून जास्त चुका झाल्या, तर मात्र त्याचा मृत्यू अटळ आहे.'' कृष्णाचं बोलणं ऐकून शिशुपालाची आई संतुष्ट झाली. तिला वाटलं, शंभर चुकांसाठी कृष्ण शिशुपालाला माफ करेल हेच खूप झालं. तिला हा विश्वास होता, की शिशुपाल पूर्ण जीवनात शंभर चुका करणारच नाही.

प्रत्येकानं या गोष्टीवर मनन करायला हवं, ''मी अहंकाराचा त्याग करून कुणाला शंभर वेळा माफ करू शकतो का?'' प्रत्येक धर्मात सर्व महान संतांनी 'क्षमा' हा अत्यावश्यक गुण सांगितला आहे. सत्यप्राप्तीच्या मार्गावर चालणाऱ्या सत्यशोधकानं जर 'क्षमाशीलता' हा गुण अंगी बाळगला, तर पावित्र्याची शक्ती त्याच्या अंतरंगी प्रकाशमान होऊ शकते.

अध्याय १२

शांतिवादी व्हा!

दहशतवादापासून मुक्त व्हा

लहानपणी शिशुपालाला श्रीकृष्णापासून खूप दूर ठेवण्यात आलं होतं. त्याचे आई-वडील तो श्रीकृष्णाच्या संपर्कात येणार नाही, याची सतत काळजी घेत होते. मोठेपणी शिशुपाल श्रीकृष्णाला भेटताच म्हणाला, 'तू मायावी आहेस.' श्रीकृष्णाला तर शिशुपालाची पूर्ण जीवनकथा माहिती होती. खरा मायावी कोण, हे कृष्ण जाणून होता.

यावरून 'अहंकार स्वत:ला कधीच चुकीचं समजत नाही', हे स्पष्ट होतं. लोकांना एखादी संकल्पना स्पष्ट होत नाही, तेव्हा ते त्याच गोष्टीला मुद्दाम क्लिष्ट बनवून सांगतात. अहंकार 'मला माहीत नाही,' असं उत्तर सहसा कधीच देत नाही. 'समोरचा माझ्यापेक्षा ताकदवान आहे,' हे सत्य स्वीकारताना तो टाळाटाळ करतो. अहंकार हेच कारण देईल, 'मी त्याच्याशी लढू शकत नाही, कारण त्याला खूप लोकांचं पाठबळ आहे. मग तोच जिंकणार ना!' शिशुपालाला हीच गोष्ट लागू पडते. श्रीकृष्ण त्याच्यापेक्षा शक्तिशाली असल्याचं लक्षात येताच, तो लढाई टाळू लागला. 'श्रीकृष्ण मायावी आहे. जर कृष्णानं त्याच्या मायेचा उपयोग केला नाही, तर मी त्याला सहज हरवू शकेन,' हे शिशुपालाचं उत्तर तयार होतं.

लोक स्वत:च्या अपयशाचं खापर नशिबावर किंवा ग्रह-नक्षत्रांवर फोडत असतात, 'मीच या पदासाठी योग्य होतो. पण माझ्यामागे शनीची पीडा सुरू आहे ना! सध्या माझे ग्रह खराब आहेत, नाहीतर मलाच निवडलं असतं.' प्रत्येक वेळी इतरांवर दोषारोप करून अहंकार स्वत:ला सुरक्षित ठेवू पाहतो. त्याच्याकडे स्वत:च्या अपयशाचं कारण कायम तयार असतं. अहंकार शांतिवादी नसून आतंकवादी आहे. युद्धाशिवाय

त्याला चैनच पडत नाही. 'समोरचा मायावी आहे. नाहीतर माझाच विजय निश्चित होता, त्याचा तर वरपर्यंत वशिला आहे, म्हणून तो जिंकला,' स्वत:च्या अपयशाचं कारण तो आपल्या सोयीनुसार बदलतो. श्रीकृष्णाने युद्ध केलं नसतं, तर लोक म्हणाले असते, 'कृष्ण तर युद्धाला घाबरतोय!' पण त्याने जर युद्ध करून विजय मिळवला असता, तर 'कृष्ण बाहुबळाच्या आधारे नव्हे तर मायावी शक्तींच्या आधारे जिंकला,' असाच लोकांनी डांगोरा पिटला असता. हाच अहंकाराचा पुरावा आहे.

शक्तीचा वापर कोठे आणि कसा करावा

महाभारताच्या युद्धामध्ये श्रीकृष्णाने हाती शस्त्र न उचलण्याचा संकल्प केला होता. म्हणून त्याने युद्धप्रसंगी अर्जुनाचा सारथी बनण्याची भूमिका पार पाडली. लहानपणी श्रीकृष्णाने कंसाला बाहुबळाच्या जोरावरच पराभूत केले होते. पण मोठेपणी त्याने बाहुबळाचा वापरही पूर्णत: बंद केला. कारण त्याला त्याची कधी गरजच पडली नाही.

यामागचा आशय समजून घ्या. मानसिक परिपक्वता प्राप्त होताच बळाचा वापर न करताही तुमची सर्व कार्ये पार पडतात. केवळ बुद्धिबळाचा वापर करूनही युद्ध जिंकता येतं आणि द्वंद्व कायमचं संपू शकतं. मग मनुष्य स्वत: सोबत तलवार बाळगतो, पण त्याच्यावर तलवारीचा वापर करण्याची वेळ कधीच येत नाही. त्याचा तलवार बाळगण्यामागे 'स्वसंरक्षण' हाच एकमेव उद्देश असतो. दुसऱ्यांना त्रास देण्याचा कोणताही उद्देश त्याच्या ध्यानीमनी नसतो. कोणी विनाकारण त्रास देत असेल, तरच तो तलवार उपसेल. पण वेळप्रसंगी समोरच्याला केवळ धाक राहावा, हीच त्यामागची प्रामाणिक भावना असेल. युद्ध पुकारून समोरचाच अडचणीत यायला नको, या प्रांजळ भावनेपोटीच तो तलवार बाहेर काढतो आणि तिच्या धाकावरच समोरच्याला माघारी पाठवतो.

क्रोधी मनुष्य छोट्या-मोठ्या कारणांवरून लगेच लढायला तयार होतो. पण समोरील व्यक्तीकडचे शस्त्र पाहताच तो भलतं धाडस करत नाही. याच्याशी लढण्यात आपलंच नुकसान आहे, हे त्याला कळून चुकतं. शीख धर्मात प्रत्येकालाच किरपाण बाळगण्याचा नियम सांगितला जातो. तत्कालीन मुघल आक्रमणांपासून धर्माचं रक्षण करणं, हा यामागचा उद्देश होता. त्या काळचे संभाव्य धोके लक्षात घेता, शस्त्र बाळगणं आवश्यकच होतं. शत्रूने तुम्हाला कमजोर समजून हल्ला करू नये, हीच यामागची भूमिका होती. कालांतराने या भूमिकेचा विसर पडला आणि नियमाला कर्मकांडाचं

रूप आलं. विचार करा, ही महत्त्वपूर्ण समज लुप्त झाली, तर काय होईल? क्षुल्लक गोष्टींविरुद्धही हत्यारे उपसली जातील आणि परस्परांत कलहच माजेल. कोणतीही समस्या बुद्धिचातुर्याच्या आणि परस्पर संवादाच्या माध्यमातून सोडवली पाहिजे. प्रत्येक प्रसंगी बळाचा वापर करण्याची गरज नसते, हेच या उदाहरणातून समजून घ्या.

आता श्रीकृष्णाच्या गोष्टीकडे पुन्हा वळू या. कृष्णाने बळाचा वापर करण्याचं थांबवलं, तेव्हा त्यामागे हीच समज होती, की जोपर्यंत टोकाची परिस्थिती उद्भवत नाही, तोपर्यंत हत्याराचा वापर टाळायला हवा. यातच सर्वांचं कल्याण आहे. पण श्रीकृष्णाची भावना समजून घेण्याची कोणाचीच पात्रता नव्हती. लोक श्रीकृष्णाला कमजोर समजू लागले. दुर्योधनाचाही हाच गैरसमज झाला होता. कृष्णाच्या मौनाला दुर्बलता समजून त्याने सैनिकांना आदेश दिला, 'याला कैद करा.' पण श्रीकृष्णाने स्वतःचं विराट रूप दाखवताच दुर्योधनाचा अहंकार दुखावला गेला. तो म्हणाला, 'कृष्ण मायावी आहे. म्हणून आपण त्याच्यासमोर काही करू शकत नाही.' पण वास्तव हेच होतं, की श्रीकृष्णासोबत युद्ध करण्यामध्ये दुर्योधनाचं प्रचंड नुकसान होणार होतं.

इथं लक्षात घेण्याजोगी बाब म्हणजे, श्रीकृष्णाला स्वतःच्या विजयाची खात्री असूनही तो युद्ध टाळत होता, सर्वांना माफ करत होता. पण दुर्योधनाचा अहंकार म्हणेल, ''कृष्ण स्वतःच्या ताकदीवर नव्हे, मायावी शक्तीच्या आधारे जिंकेल. कृष्ण कपटी आणि दुष्ट आहे.''

शिशुपालानेही कृष्णावर असेच आरोप केले होते. अहंकार स्वतःचंच श्रेष्ठत्व सिद्ध करण्याचा प्रयत्न करतो. मग त्याच्यापेक्षा बलशाली आणि बुद्धिमान लोक भेटले तरीही तो स्वतःचेच गुणगान गातो. स्वतःला सर्वश्रेष्ठ सिद्ध करण्यासाठी तो कारणं शोधू लागतो. 'त्याची ऑफिसमध्ये पद, प्रतिष्ठा खूप मोठी आहे म्हणून मी त्याला काही बोलू शकत नाही... त्याचा बड्या लोकांशी संपर्क आहे, म्हणून मी काही करू शकत नाही.' खरंतर अशावेळी प्रामाणिकपणे आत्मपरीक्षण करायला हवं. माणसाच्या अंतर्यामी नम्रतेची, पावित्र्याची भावना जागताच तो मनन करू लागतो, 'मी इतरांवर दोषारोप करतोय हे कितपत योग्य आहे... खरा दोष माझ्यातच नसेल? मी मोहमयी मायाजालाचा वापर करतोय की मायेतूनच माझा जन्म झालाय?'

आता पुन्हा शिशुपालाच्या गीतेवर नजर फिरवू. प्रथम हे ध्यानात घ्या, ही कथा काल्पनिक असून समज प्राप्त व्हावी या उद्देशाने सांगितली जात आहे. वास्तवात शिशुपाल श्रीकृष्णाकडे ज्ञानप्राप्तीसाठी कधीच गेला नव्हता. पण अर्जुनाऐवजी शिशुपाल कृष्णाकडे गेला असता, तर श्रीकृष्णाने काय सांगितलं असतं?

श्रीकृष्णाने शिशुपालाला त्याच्या बालपणीचं दर्शन घडवलं असतं. तो म्हणाला असता, "तू स्वतःला 'शिशुपाल' या नावाने ओळखतोस. पण हे नाव तुला पृथ्वीवर आल्यानंतर प्राप्त झालंय. या नावाआधीही तू अस्तित्वात होतास. आता स्वतःला आईच्या गर्भामध्ये पाहा. आईच्या गर्भात येण्यापूर्वी तू कोठे होतास? गर्भात येताच तू एक 'बीज' स्वरूप होतास. आई जो आहार घ्यायची, त्यातून त्या बीजाचं पोषण व्हायचं. आता आठव, हे बीज रुजण्यापूर्वी तू कोण होतास? तू प्रत्यक्षात कधी अस्तित्वात आलास? जन्मावेळी प्राप्त झालेले अनावश्यक हात म्हणजे तुझं अस्तित्व? ते अतिरिक्त हात तोडण्यात आले तरीही तू जिवंत आहेस, याचाच अर्थ तू म्हणजे ते अतिरिक्त हात नव्हेत. तुझा तिसरा डोळाही काढून टाकण्यात आला, तरीही तू अस्तित्वात होतास. म्हणजेच तू तो डोळाही नाहीस. तुझं प्रत्येक अंग तोडलं गेलं तरी तू असशील. मग तुझं खरं अस्तित्व नेमकं कोणतं? 'तू कोण आहेस?' (Who are you?) यावर सखोल मनन कर!"

अध्याय १३

अहंकार निमित्तमात्र राहावा

'मी शरीर आहे' या चक्राला ओळखवा

श्रीकृष्णाने शिशुपालाला पुन्हा विचारले, 'तुझ्यासोबत नेमकं असं काय घडतंय, ज्यामुळे तू स्वत:ला शिशुपाल मानतोयस?'

खरंतर हा प्रश्न प्रत्येकासाठी खूपच महत्त्वपूर्ण आणि मनन करण्यायोग्य आहे. याला एका सायकलच्या उदाहरणातून जाणून घेऊ या. सायकलचा एक-एक सुटा भाग तुम्हाला दाखवला आणि विचारलं, 'हा भाग म्हणजे सायकल आहे का?' तुम्ही म्हणाल, 'नाही.' तुम्हाला फक्त पेडल दाखवलं, तर तुम्ही म्हणाल, 'हे तर फक्त पेडल आहे. हा सायकलचा एक भाग आहे, सायकल नव्हे.' आता पेडल सोबत हँडल दाखवले, तरीही तुम्ही म्हणाल, 'हे सायकलचे हँडल आहे. हे सायकलचे हँडल आणि पेडल आहे... सायकल नव्हे.' मग असं नेमकं काय झालं ज्यामुळे सगळे भाग एकत्र जोडताच तुम्ही त्या जोडणीला 'सायकल' म्हणू लागलात! वास्तविक यातला प्रत्येक भाग म्हणजे सायकल नव्हे, मग अचानक सायकल आली कुठून? अगदी अशाच प्रकारे 'मी म्हणजे शरीर' हे चक्र (सायकल) कधी सुरू झालं? हे देखील जाणून घेणं अतिशय महत्त्वाचं आहे.

श्रीकृष्णाला शिशुपालाकडून याच गोष्टींवर मनन करवून घ्यायचं होतं. शिशुपालानं स्वत:च्या बालपणीच्या अवस्थेत जाऊन पाहावं, की निश्चितपणे तो कोण आहे? यावर सखोल मनन करताच शिशुपालाला सत्य प्रकर्षानं जाणवलं, की 'खरा मायावी कृष्ण नसून मी स्वत:च आहे.' श्रीकृष्ण

तर माया समाप्त करण्यासाठी अवतरले होते. श्रीकृष्ण म्हणजे सत्याचे प्रतीक... म्हणून सत्याने (श्रीकृष्णाने) शिशुपालाला स्वतःच्या कुशीत घेताच त्याचे अतिरिक्त अवयव (अनावश्यक माया) नाहीसे झाले होते. पण मूल अडीच-तीन वर्षांचं होताच मायेचं चक्र पुन्हा सुरू होतं... 'मी' रूपी अहंकाराची माया पुन्हा सुरू होते. दिवसेंदिवस अहंकार वाढत जातो आणि माया प्रबळ होत जाते.

एकदा युधिष्ठिराने राजसूय यज्ञाचे आयोजन करून कृष्ण, कौरव आणि शिशुपालासारख्या मित्र-आप्तेष्टांना आमंत्रित केले होते. ही तेव्हाची घटना आहे, जेव्हा कौरव-पांडवात कोणतंही युद्ध झालं नव्हतं. त्या वेळी पांडवांकडे खांडवाप्रस्थ राज्य सोपवण्यात आलं होतं, जी पूर्वी हस्तिनापूरची राजधानी होती. पांडवांनी आपल्या राज्यात भव्य महाल बांधला होता आणि सर्वांना राजसूय यज्ञासाठी आमंत्रित केलं होतं. या वेळी सर्वांत प्रथम कोणाचा आदरसत्कार करावा, कोणाचे पाय धुतले जावेत हा प्रश्न उभा ठाकला. अर्थात श्रीकृष्णाच्या नावावरच साऱ्यांचं एकमत झालं. कारण सर्वांसाठी श्रीकृष्ण अत्यंत आदरणीय होते. पण यामुळे शिशुपालाचा अहंकार मात्र दुखावला गेला. 'इथे अनेक रथी-महारथी असतानाही श्रीकृष्णाचाच प्रथम आदर सत्कार का?' या प्रश्नाने शिशुपालाच्या मनात थैमान घातलं. कृष्णाची खरी ओळखच त्याला झाली नव्हती.

एखाद्या अमूल्य गोष्टीची पारख नसल्यावर मनुष्याला अशा प्रकारचे विचार सतावू लागतात. शिशुपालाने तर त्या क्षणीच श्रीकृष्णाला शिव्याशाप देण्यास सुरूवात केली आणि कृष्ण मात्र शिशुपालाच्या चुका मोजत होते, एक-दोन-तीन-चार...

'तू अधर्मी आणि मायावी आहेस. तुझा पिता कोण आहे? तू वासनांध, रणांगणावरून पळून जाणारा भेकड आहेस...' महालातील प्रत्येकाला ते अपशब्द बोचत होते, पण श्रीकृष्ण शांतचित्ताने चुका मोजत होते आणि एकदाची ती घटका आली... शिशुपालाच्या शंभर चुका पूर्ण झाल्या. श्रीकृष्णाने त्याला धोक्याचा इशारा दिला, 'तुझ्या शंभर चुका पूर्ण झाल्या आहेत.' पण अहंकारी शिशुपालाला कशाचंच भान राहिलं नव्हतं, त्याने शिव्यांची लाखोली वाहणं सुरूच ठेवलं. मग मात्र श्रीकृष्णाने आपलं

सुदर्शन चक्र फिरवलं आणि शिशुपालाचा वध केला.

पौराणिक कथांमधील घटनांतून हेच सांगण्याचा प्रयत्न केलेला असतो, की प्रतिकूल परिस्थिती आल्यावर मनुष्याने कमीत कमी काय करायला हवे. अहंकार किंवा क्रोध जागृत होताच कोणता प्रतिसाद द्यावा हे श्रीकृष्णाकडून शिकायलं हवं. क्रोध जागताच माणसाने कृष्णाप्रमाणे कमीत कमी उलट अंक मोजायला तरी आरंभ करावा. कारण उलटे अंक मोजण्यासाठी सजग होणं आवश्यक असतं आणि सजगता येताच आपलं लक्ष क्रोधावरून हटतं. १००...९९...९८...८६... अशी उलटी अंक मोजणी करताच आपला क्रोध कमी होऊ लागतो. यामुळे मनुष्य रागाच्या भरात उग्र प्रतिसाद देण्याचे टाळू शकतो. अन्यथा क्रोधाला बळी पडून दिलेल्या प्रतिसादांमुळे जीवनातल्या समस्या वाढतच जातात.

तुमच्या आयुष्यातील नकारात्मक घटना आठवून पाहा. अशा वेळी घाई गडबडीत दिलेल्या प्रतिसादांमुळे तुमचंच फार मोठं नुकसान झालं होतं ना! स्वतःला योग्य वेळी रोखू न शकल्याने आपलीच हानी होते. उद्या बोलायची गोष्ट आजच बोलून टाकल्याने समस्या गंभीर बनते. थोडा संयम बाळगला असता, तर समस्या आलीच नसती. म्हणूनच 'थरींलह, थरळीं थळींह थेपवशी' (थोडं थांबा आणि आश्चर्याच्या नजरेने पाहा) ही पंक्ती महत्त्वपूर्ण ठरते. यासाठी जेव्हा मन आवेगात प्रतिक्रिया देण्याचा प्रयत्न करेल, तेव्हा हा मंत्र म्हणा, 'थरींलह, थरळीं थळींह थेपवशी'.

असली अहंकार

आजवर अहंकारावर आधारित अनेक कथा-कहाण्या आपण ऐकल्या असतील. अशा प्रकारच्या कथांमध्ये, अहंकारी व्यक्तीचा अहंकार कसा विलीन झाला आणि त्यातून इतरांनी कोणता धडा घेतला याचं वर्णन असतं.

आता हेच पाहू या भीमाच्या कथेतून-

स्वतःच्या बाहुबळाचा गर्व बाळगणाऱ्या भीमाला असं वाटायचं, की संपूर्ण पृथ्वीवर त्याच्या इतका शक्तिशाली दुसरा कोणी नाहीच. भीमाचा हा वृथा अभिमान तोडण्यासाठी हनुमान वानराच्या रूपात जंगलातील त्या रस्त्यावर जाऊन बसले, जिथून भीम नेहमी ये-जा करीत असे. हनुमानाने आपली शेपटी रस्त्यावर पसरून ठेवली. भीम त्या ठिकाणी येताच त्याने वानररूपातील हनुमानाला शेपटी बाजूला करण्यास सांगितले. कारण त्यामुळे भीमाचा रस्ता अडवला जात होता. एखाद्या म्हाताऱ्या वानराला लाथाडून

पुढे निघून जाणे भीमाला पटत नव्हते. म्हणून त्याने मार्गातून शेपटी हटवण्याची त्याला पुन्हा विनंती केली. भीमाच्या या विनंतीवर वानर (हनुमान) म्हणाले, 'मी तर खूपच म्हातारा झालोय. माझ्या अंगात शेपटी बाजूला करण्याचीही ताकद राहिली नाही. तेव्हा तूच ही शेपटी बाजूला कर.' भीमाला तर तो डाव्या हाताचा मळ वाटला. म्हणून आरंभी त्याने एकाच हाताने शेपटी हलवण्याचा प्रयत्न केला. पण शेपटी जागची हलेनाच! मग भीमाने आपलं सारं बळ त्या एकाच हातात एकवटलं, तरीही शेपटी यत्किंचितही हलली नाही. भीमासाठी हा फार मोठा धक्का होता. मग स्वत:ला सावरत भीमाने आपल्या दोन्ही हातांनी शेपूट हलवण्याचा अतोनात प्रयत्न केला... पण भीम त्यातही असमर्थ ठरला. त्यानंतर भीमाला हे जाणवलं, की अशी काही तरी गोष्ट आहे जी मला समजू शकत नाहीए.

उतावीळ आणि लाचार भीमाला पाहून हनुमान स्वत:च्या खऱ्या रूपात प्रकटले आणि त्याच क्षणी भीमाचा अहंकार गळून पडला. पण भीमाचा नकली अहंकार नाहीसा झाला, जो शारीरिक बळामुळे पुष्ट झाला होता... त्याचा असली अहंकार मात्र अजूनही अस्तित्वात होता.

अशा प्रकारच्या अनेक कथा आपण वाचतो, ऐकतो. पण त्यातील निसटलेली कडी (मिसिंग लिंक) मात्र समजू शकत नाही. अशा कथांमधून हे ध्यानात घ्यायला हवं, की खरंतर त्या कथेतील पात्राचा (येथे भीमाचा) नकली अहंकार गळून पडतो. पण असली अहंकार मात्र तसाच असतो. असली आणि नकली अहंकारातील फरक व त्या संबंधीचं मार्गदर्शन या पुस्तकाच्या सुरुवातीच्या अध्यायात तुम्ही वाचलंच आहे.

इंद्राचा अहंभाव

श्रीकृष्णाशी संबंधित अनेक कथा प्राचीन ग्रंथांमध्ये आढळतात. श्रीकृष्णाने एखाद्या व्यक्तीचा अहंकार कशा प्रकारे तोडला, याचं वर्णन त्या कथांमध्ये असतं. अशीच इंद्राच्या अहंकाराला तोडणारी एक कहाणी –

कृष्णाच्या उपदेशानुसार सर्व लोकांनी गोवर्धन पर्वताची पूजा करणं सुरू केलं आणि इंद्राची पूजा बंद केली. बस्स... एवढंच कारण पुरेसं ठरलं इंद्राचा अहंकार दुखावण्यासाठी... इंद्राला तर वाटायचं, 'मी देवराज आहे... मीच सर्व शक्तिशाली... मी पर्जन्यला रोखू शकतो अन् वादळी वर्षावाने विश्वातील सर्व वस्तूंना इतस्तत: विस्कटून टाकू शकतो. म्हणून या भयापोटी लोकांनी माझीच पूजा सर्वप्रथम केली पाहिजे,' तेव्हा श्रीकृष्णाने इंद्राचा पुष्ट झालेला अहंभाव नष्ट करण्यासाठी स्वत:च्या

एका करंगळीवर गोवर्धन पर्वत उचलून धरला आणि इंद्राचा अहंकार क्षणार्धात विलीन झाला.

अहंकार फक्त निमित्तमात्र असावा

अहंकारी शिशुपालाचा भगवान श्रीकृष्णाकडून वध होताच तिथे उपस्थित असलेल्या लोकांचा काही बाबतीत अहंकार नाहीसा झाला. पण तरीही काही गोष्टींबाबत ते पूर्वीसारखेच अहंकारी राहिले. याचाच परिणाम म्हणजे महाभारतात घडलेलं युद्ध.

या सर्व कथांवर मनन करा आणि स्वत:ला प्रामाणिकपणे विचारा, 'मी माझ्या गीतेनुसार जीवनात कोठे आणि कोणत्या स्वरूपात अहंकाराला बळी पडतो?' शारीरिक सौंदर्य, पद, प्रतिष्ठा, जात, धर्म... यांपैकी अहंकाराचं कोणतंही कारण असू शकतं.

तुम्हाला कोणत्याही गोष्टीचा अहंकार असेल, तर स्वत:लाच विचारा, 'आजपर्यंत या अहंकारामुळे मला खरंच लाभ झालाय की नुकसान? यासाठी मी असं काय करू शकतो, जेणेकरून अहंकार माझ्यासाठी केवळ निमित्तमात्र ठरावा?'

खंड ३
अहंकार दर्शन

जेथे अहंकाराचं समर्पण होतं, तेथे,
'मला कोणी पराभूत करू शकत नाही.
कारण मी कोणी नाहीच,' ही समज प्रगल्भ होते.
_____
_____

मूल्यहीन अहंकार जेव्हा आत्मसाक्षात्कार प्राप्त करण्यात
मदत करतो, तेव्हा तो अमूल्य बनतो.
_____
_____

अध्याय १४

अहंकार - जन्म आणि मृत्यू स्थान

उपयोग आणि अंत

मूल जेव्हा लहान असतं, तेव्हा ते अतिशय नाजूक आणि निरागस असतं. त्यामुळे त्याच्यात अहंकार निर्माण करणं आवश्यक असतं. कारण त्याने आपलं संरक्षण स्वतःच करावं हा त्यामागचा उद्देश असतो. बाह्य जगात जर त्याला कोणी काही बोललं, तर 'मला तो माणूस जे बोलला त्याचं खूप वाईट वाटलं,' कमीत कमी इतकं तरी घरी येऊन त्याने सांगावं ही अपेक्षा असते. जेणेकरून आई-वडील त्याला योग्य मार्गदर्शन करतील. अन्यथा कुणीही मुलाचा गैरफायदा घेऊ शकेल. म्हणून मुलामध्ये अहंकार निर्माण केला जातो. त्याचबरोबर तुम्ही मुलांचं कौतुक केलं, 'तू सर्वोत्तम कार्य केलं आहेस. हे तुझ्याशिवाय कुणीही करू शकत नाही,' असं म्हणून त्यांना शाबासकी दिली, कौतुक केलं तर प्रेरणा मिळून ती अधिक चांगलं काम करू शकतात. अशाप्रकारे तुम्ही अहंकाराला निमित्त बनवून मुलांना योग्य मार्गदर्शन करू शकाल.

अहंकार निर्माण होणं आणि विलीन करणं दोन्ही आवश्यक

अहंकार निर्माण झाल्यानंतर त्याचा उद्देश पूर्ण होताच तो विलीन होणंही वास्तवात अतिशय गरजेचं आहे. परंतु असं होताना आढळत नाही. स्वसंरक्षणासाठी स्वत:जवळ बाळगलेली तलवार भीती नष्ट झाल्यानंतरही माणूस सोबत घेऊन फिरतो. त्यानंतर तो अहंकारवादी, दहशतवादी बनतो. याचाच अर्थ जी तलवार पवित्रता, शांती स्थापित करण्यासाठी निमित्त बनली होती, तीच त्याच्या अहंकाराचं कारण बनली.

निमित्त म्हणून निर्माण झालेला हा अहंकार वेळीच नष्ट झाला नाही, तर

धोकादायक बनू शकतो. म्हणून त्याचा जन्म-मृत्यू दोन्ही आवश्यक आहे. म्हणजेच आवश्यक असेल, तेव्हा अहंकार निर्माण होऊन त्याचं कार्य संपताच तो विलीन व्हावा.

अशाप्रकारे आपण अहंकाराला समजून घेऊन कार्य करीत असाल, तर योग्य दिशेनं जात आहात. कारण माणसाच्या आयुष्यात अशा अनेक गोष्टी असतात, ज्या विशिष्ट काळापर्यंत उपयुक्त असतात. पण त्यानंतर मात्र त्यांचं कार्य संपतं. एखादा अलिप्तपणे ध्यान करणारा माणूस गरजेनुसारच वस्तूंचा वापर करतो आणि त्या वस्तूंची गरज संपताच त्यांच्यापासून लगेच वेगळा होतो. आश्चर्य म्हणजे असा माणूस जीवनात नेहमीच खूश राहतो आणि जे असं करू शकत नाहीत ते आयुष्यभर दुःखी राहतात. समजा, कोणी कुत्रं पाळलं असेल आणि ते जर मेलं, तर त्या घरातील लोक अतिशय शोकाकुल होतात, दुःखी होतात. परंतु तो आपल्या घरात एक निमित्त बनून आला होता हे लक्षात घ्यायला हवं. त्याला पाहून आपण आनंदी होत होतो, त्याच्याशी खेळत होतो. पण तो माणूस जर ही गोष्ट विसरला तर म्हणतो, 'यापुढे मी कोणताही प्राणी पाळणार नाही कारण तो नसेल, तर मला अतिशय दुःख होते.' अशा विचारांनी मनुष्यात मान्यता, पूर्वग्रह निर्माण होऊन अज्ञानवश तो चुकीचे निर्णय घेतो. वास्तवात कोणत्याही परिस्थितीत समजपूर्वक आणि सजगतेनं निर्णय घेतले गेले पाहिजेत. ज्याप्रमाणे अहंकाराची एक भूमिका असते तशीच मोहाचीही असते.

मुलाविषयी मातेच्या अंतःकरणात प्रेम असते. याच प्रेमापोटी मुलांचं संगोपन करताना तिला त्रास नव्हे तर आनंद होत असतो. परंतु कालांतराने आईचं प्रेम हळूहळू कधी मोहात परिवर्तित होतं हे तिचं तिलाच समजत नाही. त्याचबरोबर मूल आत्मनिर्भर होताच आईच्या प्रेमात थोडी उणीव जाणवू लागते. या अवस्थेत जर तिने मुलाविषयी मोह ठेवला, तर तो तिच्यासाठी दुःखाचं कारण बनतो. यासाठीच अहंकार असो अथवा मोह त्याने योग्यवेळी निर्माण होऊन स्वतःची भूमिका पार पाडल्यानंतर लगेच विलीन व्हायला हवं. त्याची जागा पावित्र्याने, तेजप्रेमाने (बिनशर्त प्रेम) घ्यायला हवी. ही कला जर आपल्याला अवगत झाली, तर मग आपण कुठल्याही आकर्षणात फसणार नाही.

अहंकार कधी आवश्यक

एखाद्या हत्याराचं काम संपल्यानंतरही जर कुणी म्हणत असेल, 'हे हत्यार म्हणजेच माझी शक्ती आहे. याच्याशिवाय मी राहूच शकत नाही,' तर असा विचार करून तो दुःखीच राहणार. अशाचप्रकारे लोक कर्मकांडात अडकून, ज्योतिषावर विश्वास ठेवून दुःखी जीवन जगतात. त्यांना विचारल्याशिवाय ते कुठलाही निर्णय घेऊ

शकत नाहीत. तात्पर्य, आवश्यक असेल तेव्हा त्यांचा प्रयोग करून ते त्वरित बंद व्हायला हवं. अन्यथा ते बंधनाचं कारण ठरतं. जे लोक कर्मकांडाच्या भीतीमुळे असं करू शकत नाहीत त्यांचा स्वतःवरचा आणि ईश्वरावरचाही विश्वास नाहीसा होतो. ईश्वरीय मार्गदर्शन प्रत्येकासाठी उपलब्ध असतं आणि ते तेजस्थानाद्वारे (हृदयाद्वारे) सतत मिळतच असतं. परंतु माणसाला ते लक्षात न आल्याने तो कर्मकांड आणि ज्योतिष्यांचा सल्ला घेत राहतो, त्यांना सोडूच शकत नाही.

एखाद्या कमजोर वा मनोविकारग्रस्त माणसात अहंकार असणं चांगली गोष्ट आहे. कारण तो नेहमी म्हणतो, 'मी काहीच करू शकत नाही. मला तर काहीच येत नाही.' तो नेहमी अपराधबोधातच जगतो. तेव्हा मनोविकारतज्ज्ञ त्याला विश्वासात घेऊन समजावतात, 'अरे, तू अजिबात कमजोर नाहीस. तू विशेष आहेस... तू सगळं काही करू शकतोस...' येथे त्याच्या अहंकाराला पुष्टी देणं आवश्यक ठरतं. कारण त्या वेळी त्याला त्याची गरज असते. जेणेकरून त्याने कमीत कमी काही संकल्प करून लहान सहान कामं सुरू करावीत आणि त्याचा आत्मविश्वास वाढावा, म्हणून अशा लोकांचा अहंकार वाढवणं आवश्यक आहे.

आवश्यकतेनुसार उपयोग वा नष्ट करण्याची कला

माणूस आजारी पडल्यानंतर त्याच्यावर इलाज करण्याची गरज आहे हे डॉक्टर योग्य रीत्या जाणतात. रुग्ण बरा झाल्यानंतर ते औषधंही बंद करतात. परंतु काही रुग्ण असे असतात ज्यांना काही विशिष्ट औषधांचा फायदा झाल्याने ते बंद करण्याचं नावच घेत नाही. विनाकारण चालूच ठेवतात. कारण औषध जर बंद केलं, तर आपण पुन्हा आजारी पडू अशी त्यांना भीती वाटत असते. जसं, औषध स्वतःच व्याधी बनून रुग्णाची कमजोरी बनते. वास्तविक त्या माणसानं ते औषध घेणंच बंद करायला हवं होतं.

अध्याय १५

‘मी’रूपी माशी नष्ट व्हावी

सर्वव्यापी ‘मी’

एका मधमाशीच्या पोळात अनेक माश्या राहत असतात. रोज सकाळी त्यातून एकच माशी बाहेर पडत असे. आता या शरीराला जर मधमाश्यांच्या पोळ्याची उपमा दिली, तर यातून रोज सकाळी निघणारा पहिला विचार ‘मी’ रूपी माशीचाच असतो. माणसाने सकाळी डोळे उघडताच ही माशी सर्वांत आधी बाहेर येऊन ‘मी, मी’ करायला सुरुवात करते. जसं, ‘मी होते, मी आहे, मी राहणार...’ प्रत्येक माणसात दोन-अडीच वर्षांनंतर अशाप्रकारे ‘मी’ची माशी गुणगुण करू लागते. याचाच अर्थ, सेल्फ (सर्वव्यापी मी) पासून वेगळं होऊन अहंकार जागृत होतो. केवळ या अहंकारामुळेच सकाळी उठल्याबरोबर मनात सर्वप्रथम ‘मी’चा विचार येतो. ‘मी उठलो... मला स्नान करायचं आहे... मला आज ऑफिसला जायचं आहे... मला आज खूप काम आहे...’ अशाप्रकारे दिवसभर ‘मी’च्या अगणित माश्या घोंगावणं सुरू होतं. अशात ही ‘मी’रूपी माशी कोण होती हेच माणूस नेमकं विसरून जातो.

या ‘मी’द्वारे माणूस आपल्या मन-बुद्धियुक्त शरीरालाच संबोधित करत असतो. या सर्व गोष्टींमध्ये आपल्यात वास्तव्य करत असलेल्या सर्वव्यापी ‘मी’ची त्याला आठवणच राहात नाही. खरंतर हा सर्वव्यापी मीच आपल्या कार्यासाठी शरीराचा केवळ उपयोग करत असतो. एक मूल पेनने लिहिता लिहिता स्वतःलाच पेन समजू लागतं, हे असंच झालं ना?

स्वतःचं स्मरण न राहण्याचं खरं कारण हे आहे, की माणूस या ‘मी’रूपी माशीची चौकशी करत नाही. म्हणजे तो स्वतःला, ‘मी कोण आहे?’ हे कधी विचारतच नाही. मनुष्याला जर ‘स्व-चौकशी’ करण्याची सवय असती, तर त्याला मूळ स्वभाव जाणणं सहज सोप झालं असतं. मूळ स्वभावाचा बोध होताच ‘मी’च्या माशीची शक्ती नाहीशी

होते. अन्यथा ही माशी स्वतःला कर्ता समजून प्रत्येक चांगल्या कार्याचं श्रेय स्वतःकडे घेते. सगळी कामं मीच केली अशी तिची धारणा होते. वास्तवात स्वतःचं विस्मरण घडल्यानेच माणूस ईश्वरापासून स्वतःला वेगळा समजतो. कुणीतरी एक ईश्वर आहे जो माझी अडलेली सर्व कामं करणार आहे. म्हणून मला जप, तप, काही कर्मकांड करून त्याला प्रसन्न करायला हवं.

मनुष्याने आजवर अशाच कथा, कहाण्या ऐकल्या आहेत, ज्यात ईश्वराची आराधना केल्यानेच तो प्रसन्न होऊन वरदान किंवा सिद्धी प्रदान करतो. याचाच अर्थ, अहंकाराला वाटतं, 'मला सिद्धी प्राप्त करून आणि तपाच्या साहाय्याने ईश्वराला वश करून त्याच्याकडून माझी कामं करून घेता येतील.' अशाप्रकारे तो ईश्वराचा देखील आपल्या स्वार्थासाठी उपयोग करू इच्छितो. सांसारिक स्वार्थपूर्तीच्या भावनेनं केल्या जाणाऱ्या पूजा, आराधनेलाही लोक अध्यात्माचं नाव देतात. शिवाय स्वतःला ईश्वराचे भक्तही म्हणवतात. परंतु माणूस या गोष्टीपासून अनभिज्ञ आहे, की जेव्हा तो खऱ्या अर्थाने अध्यात्माच्या मार्गावर वाटचाल करेल, तेव्हा आपोआपच त्याचा 'मी' (अहंकार) विलीन होईल. शेवटी केवळ ईश्वरच (सर्वव्यापी मी) राहील. यासाठीच तर सांगितलं जातं, **'ईश्वर ही है, तुम हो कि नहीं यह पक्का करो, पता करो'** (ईश्वरच आहे, तुम्ही आहात की नाही याची खात्री करा, निश्चित करा).

उपरोल्लेखित वाक्याचा अर्थ अनुभवानेच लक्षात येईल. इतर कोणी 'मी' नाहीच, सर्वत्र एकच 'सर्वव्यापी मी' आहे. त्याच्यासाठीच ईश्वर... सेल्फ... ओम... आमीन... ताओ... महाशून्य... परमचैतन्य... दाय विल बी डन... जो बोले सो निहाल... तुझी इच्छा तीच माझी इच्छा... असे शब्द निर्माण झाले. या गोष्टीला समजणं आणि अनुभव करणं हेच असली अध्यात्म आहे.

सर्वव्यापी मी एक, शरीर अनेक

या परमचैतन्याला कुठल्याही नावाने उच्चारलं, तरी हा 'सर्वव्यापी मी' एकच आहे. तो प्रत्येक शरीराद्वारे स्वतःची अभिव्यक्ती करत आहे. याला असंही समजू शकता, एका कागदावर पन्नास शब्द लिहिले आहेत. त्यातील प्रत्येक शब्द वेगळा दिसत असून तो स्वतंत्रपणे वाचताही येतो. पण आपण जाणता, की प्रत्येक शब्दामागं असणारा कागद मात्र एकच आहे.

तुम्हाला जर प्रश्न विचारला, 'रसगुल्ल्यात रस कुठे असतो?' तर आपण उत्तर द्याल, 'अहो, रसगुल्ला तर रसातच असतो. त्याच्या आतही रस असतो आणि बाहेरही!' तेव्हा मनुष्यात ईश्वराची उपस्थितीही अशाचप्रकारे असते. तो अंतर्बाह्य व्यापलेला आहे.

ही गोष्ट वेगवेगळ्या उदाहरणांद्वारे पूर्णपणे स्पष्ट झाली असेल. या जगात सजीव आणि निर्जीव प्राण्यांमध्ये, वस्तूंमध्ये सर्वत्र तोच एक 'सर्वव्यापी मी' वास करत आहे, ज्याला लोक भिन्न भिन्न नावाने जाणतात.

शब्द अनेक, कहाणी एक

सेल्फचा शरीराशी असा संबंध आहे, जसा शब्दांचा कागदाशी. शब्दांना शरीराप्रमाणे आकार आहे परंतु कागद सेल्फप्रमाणे निराकार आहे. शब्द नसतात तेव्हा कागद कोरा असतो. कागदाला ज्याप्रमाणे आपल्या अभिव्यक्तीसाठी शब्दांची आवश्यकता भासते, त्याचप्रमाणे ईश्वर देखील मनोशरीरयंत्रांद्वारे स्वतःच्या गुणांची अभिव्यक्ती करतो. कागदावर अनेक शब्दांची गुंफण करून कविता, कथांची निर्मिती करतो. अशाप्रकारे जर कथेतील एखाद्या शब्दाला वाटलं, 'मी दुसऱ्या शब्दापेक्षा वेगळा आणि वैशिष्ट्यपूर्ण आहे' तर याला अज्ञान नाही तर काय म्हणणार! कारण आपण जाणता, कथेत एका शब्दाला काहीच महत्त्व नाही. एवढंच काय पण त्याची साधी ओळखही नाही. असा शब्द वाचणार कोण? कहाणी वाचली जाते, शब्द नव्हे. तरी देखील सर्व शब्द त्याच एका कथेचा हिस्सा आहेत.

अगदी अशाचप्रकारे मशिनच्या सुट्ट्या भागांनाही काही महत्त्व नाही. सगळे सुटे भाग मिळून एक मशिन तयार होतं आणि मग त्याचा उपयोग केला जातो. केवळ मशिनचा एक भाग निरुपयोगी ठरतो, निरर्थक असतो. मशिनबरोबर जोडल्या गेल्यानंतरच त्याची खरी सार्थकता सिद्ध होते. जी अवस्था शब्दांची कागदासोबत आणि मशिनच्या सुट्या भागांची त्याच्यासोबत असते, तशीच माणसाची अहंकाराशी (मी पणाशी), सेल्फशी ('सर्वव्यापी मी'शी) असते. परंतु ज्ञान नसल्याने माणसाच्या अहंकाराला वाटतं, 'माझं जर अस्तित्वच नसेल, तर मी नष्ट होईन. माझ्यापुढे कोणी गेलं, तर माझं काय होईल?' परिणामी अहंकार स्वतःला सेल्फपासून वेगळा समजून स्वतःचं अस्तित्व टिकवण्यासाठी इतरांना कमी लेखतो. अज्ञानामुळे, 'जर माझं वेगळं अस्तित्वच नसेल, तर जगून काय फायदा?' असं वाटणं स्वाभाविक आहे. पूर्ण ज्ञानप्राप्तीनंतर अहंकाराला (मी) 'सर्वव्यापी मी'मध्ये विलीन व्हायला आनंद वाटतो. अशात तो सुखद आश्चर्यात न्हाऊन ईश्वराची स्तुती आणि भक्ती करतो. ज्ञान आणि भक्तियुक्त शरीराद्वारे विस्मयकारक अभिव्यक्ती आपोआपच होते. जसं, नृत्य, प्रशंसा, दोहे, भजन, सेवा, कविता आणि आश्चर्य. अशाप्रकारे प्रेममय आणि आनंदित जीवन जगल्यानंतरच सर्वोच्च ज्ञानाचं महत्त्व योग्यप्रकारे लक्षात येतं.

अध्याय १६

खरा अहंकार -
मी इतरांपेक्षा वेगळा

चोचीचे प्रकार

माणसाची चोच म्हणजे त्याचा अहंकारच त्याला नेहमी ईश्वरापासून भिन्न ठेवून आयुष्यभर त्याचं एक संभ्रमित अस्तित्व निर्माण करतो. यामुळेच माणूस जीवनभर मोहमायेत, लहान-लहान इच्छा-आकांक्षांमध्ये सुख-दुःखाच्या दुष्टचक्रात गुंतून राहतो. पण जेव्हा त्याच्या जीवनात सत्य अवतरतं, तेव्हाच या चोचीची अस्तित्वहीनता आणि भ्रामकता लक्षात येते.

ईश्वरीय कृपा झाल्यानंतरच माणसाला या मायेचा खेळ समजून त्यातून तो मुक्त होतो. कारण या कृपेमुळेच त्याला ज्ञान आणि भक्तीविषयी मार्गदर्शन देणारे गुरू भेटतात.

चोचीचे प्रकार

माणसाच्या अहंकाररूपी चोचीचे किती प्रकार असतात, हे आता आपण जाणून घेऊ या. कुणाची चोच सरळ तर कुणाची वाकडी, कुणाची पुष्ट तर कुणाची नम्र.

१) **वाकडी चोच :**

प्राण गेला तरी चालेल पण चोच जाऊ देणार नाही. एखादा काळा मुंगळा ज्या वेळी कुणाला चावतो, तेव्हा त्याची चोच मांसात अडकते. मग भले त्याच्या चोचीचे दोन तुकडे झाले तरी बेहत्तर परंतु तो मरेपर्यंत ती गोष्ट सोडत नाही. अति अहंकारी माणसाची चोच या प्रकारची असते. एखाद्या गोष्टीला एकदा का पकडले तर सोडायचं नावच घेत नाही. 'ठाकुर गोळी खाईल पण शिवी अजिबात खाणार नाही... त्या दिवशी झालेल्या अपमानाचा बदला मी सात जन्मापर्यंत विसरणार नाही...' अशी विधानं केल्याने त्या

माणसाच्या लक्षातच येत नाही, की त्याच्या आडमुठेपणामुळे सात जन्मापर्यंत त्यालाच त्रास होणार आहे. त्याच्यात काठोकाठ भरलेला अभिमान त्याला किती त्रासदायक ठरणार आहे हे अज्ञानवश त्याला समजत नाही.

२) लांब चोच – सात्त्विक क्रोधी मनुष्याची चोच :

एखाद्याची चोच सरळ असली, तरी क्रोधामुळे ती वाकडी दिसते. असा माणूस चांगला असतो, सुयोग्य कार्यही करतो परंतु त्याच्या इच्छेत थोडी जरी बाधा आली, तरी तो लगेच रागावतो. त्या वेळी त्याची चोच सरळ असूनही वाकडीच दिसते.

३) लहान परंतु नम्र चोच :

एखाद्याची चोच इतकी लहान आणि नम्र असते, की दिसतच नाही. सगळ्यांना वाटतं, 'अरे, हा माणूस किती नम्र आहे. याचं बोलणं किती आदरयुक्त आहे. परंतु यालाही चोच असतेच. 'मी नम्र आहे,' असं दर्शवणंच वास्तविक तो स्वतःला 'सर्वव्यापी मी' (सेल्फ) पासून वेगळं मानतोय हे सिद्ध करतं आणि हीच त्याची चोच (खरा अहंकार) असते.

४) पुष्ट चोच – तमोगुणी माणसाची चोच :

तमोगुणी माणसाची चोच जाड, पुष्ट असते. ती कधीही उघडत, विकसित होत नाही. तिला वाटतं, स्वतःला जराही कष्ट न होता कुणीतरी आपल्या चोचीत आयतेच दाणे टाकावेत. अशी चोच असणारा मनुष्य आरामासाठी आपल्या मान्यकथा बनवण्यात मग्न असतो. तो खोटं बोलतो आणि नेहमीच बहाणे सांगतो. त्याला जर सामान आणण्यासठी बाजारात पाठवलं तर तो सांगतो, 'या वेळी दुकान उघडलं नसेल... तेथे गर्दी असेल... पार्किंगसाठी जागा मिळणार नाही... म्हणून मला बाजारात जाणंच अशक्य आहे...' अशाप्रकारे त्याच्याकडे काम न करण्याच्या अनेक सबबी तयारच असतात.

५) सतत बोलणारी, रजोगुणी चोच :

रजोगुणी माणसाची चोच सतत बोलतच असते. थांबण्याचं नावच घेत नाही. असे लोक, 'माझ्याशिवाय तर एकही काम योग्यप्रकारे होत नाही... मी जर थांबलो तर जगही थांबण्याची शक्यता नाकारता येत नाही... मी आहे म्हणूनच सर्वकाही सुरळीत चाललं आहे...' असे लोक नेहमी एकच गाणं गुणगुणतात, 'जीवन चलने का नाम, चलते रहे सुबह ओ शाम...' मग अशा लोकांना गुरू मार्गदर्शन करतात, 'रूक जाना कहीं, तू जरा सोचने...' कारण इतक्या धावपळीत त्याने जरा थांबून विचार करावा,

'वास्तवात तो कोण आहे? आणि इतका का धावतोय? त्याच्या जीवनाचं खरं उद्दिष्ट काय आहे?'

६) पातळ, पारदर्शक सत्त्वगुणी चोच :

सत्त्वगुणी माणसाची चोच इतकी पातळ, पारदर्शक आणि लहान असते, की लोकांना ती दिसतच नाही. हा माणूस सर्वांचा हितचिंतक असतो. सगळ्यांचं मंगल-कल्याण व्हावं अशी त्याची प्रामाणिक इच्छा असते. 'साधी राहणी, उच्च विचारसरणी' या म्हणीनुसार तो वागतो. त्याचे आचार, विचार व्यवहार शुद्ध असतात. त्याला पाहून 'याच्यात देखील अहंकार आहे,' असं कोणीही म्हणू शकणार नाही. परंतु त्याच्यातही काही प्रमाणात अहंकार असतोच. 'मी इतरांपेक्षा श्रेष्ठ आहे... मी नेहमी चांगली कामं करतो... सर्वांचं हित चिंततो... समाजात मला आदराचं स्थान आहे...' अशाप्रकारे हा सत्त्वगुणी माणूस पण स्वतःला ईश्वरापासून वेगळं समजून श्रेय घेतो. हीच त्याच्या खऱ्या अहंकाराची चोच आहे.

माणूस जोपर्यंत स्वतःला सेल्फपासून वेगळा मानून जगतो, तोपर्यंत त्याची अहंकाररूपी चोच कुठे ना कुठे त्याला अडकवणारच. मग जरी ती कितीही सूक्ष्म असली, बाहेरून दिसत नसली, तरी त्याने काही फरक पडत नाही. म्हणून असली अहंकाराच्या चोचीला समजणं अत्यावश्यक आहे. कारण ही दिसत नसल्याने लोकांच्या लक्षातच येत नाही. परिणामी त्यांना त्यातून मुक्तच होण्याची इच्छा नसते.

खरा अहंकार – मी इतरांपेक्षा श्रेष्ठ आणि वेगळा

माणसाचा खरा अहंकार (मी) त्याला 'सर्वव्यापी मी' पासून वेगळं ठेवतो. अहंकार मनुष्याला या भ्रमात टाकतो, की तो वैशिष्ट्यपूर्ण, विशेष, अद्वितीय आहे... शिवाय त्याच्या शरीराद्वारे होणाऱ्या सर्व कार्याचा कर्ता तोच आहे म्हणून कार्याचं फळ, श्रेय, प्रशंसा प्रत्येक त्यालाच मिळायला हवं असा माणूस नेहमीच इतरांकडून खास दर्जाच्या (तखझ) वागणुकीची अपेक्षा बाळगतो. वास्तविक हा अहंकार, व्यक्तीची शुद्ध फसवणूकच असते. वी.आय.पी. या शब्दात जो आय (मी) आहे तो वेगळा आणि विशेष राहू इच्छितो. त्याला नेहमीच इतरांपेक्षा जास्त लक्ष, टाळ्या, प्रशंसा हवी असते. आपल्याला जर असा अहंकार कुठेही गुंतवून ठेवत असेल, तर स्वतःला लगेच स्मरण द्या, या चोचीने (अहंकाराने) कशातही अडकता कामा नये. काही लोक श्रावणाचा पूर्ण महिना उपवास ठेवतात तर कुणी रोजे ठेवतात आणि इतरांकडून आपलं गुणगान व्हावं ही अपेक्षा बाळगतात. माणसात दडलेला अहंकार प्रशंसा मिळताच हुरळून जातो.

अन्यथा त्याला अतिशय दुःख होतं, 'मी इतके उपवास केले तरी कुणी माझ्याकडे लक्ष दिलं नाही,' अशाप्रकारे माणसात ईश्वरभक्तीचा देखील अहंकार जागृत होतो. त्याला वाटतं, भक्ती केल्याने ईश्वराला इतर लोकांपेक्षा तोच अधिक प्रिय वाटेल.

चोच नष्ट व्हावी किंवा शरीर चोच बनावे

स्वतःशी प्रामाणिकपणे बोलल्यानेच आपल्याला ठाऊक होईल, की तुमच्यात कुठल्या प्रकारचा अहंकार आहे? आणि यातून कसं बाहेर यायचं आहे? खरंतर ईश्वराची प्रशंसा आणि अभिव्यक्ती करणं हा चोचीचा मूळ उद्देश होता. परंतु ती तेच मुख्य काम सोडून इतर सर्वकाही करतेय. चोचीचं खरं काम सुरू व्हावं यासाठी आता तिला पूर्णपणे विलीन करावं लागेल. अथवा संपूर्ण शरीरालाच चोच म्हणजे ईश्वरीय अभिव्यक्तीचं माध्यम बनवावं लागेल.

भक्त मीराबाई, संत तुकाराम, एकनाथ महाराज, संत नामदेव, गुरू नानक किंवा कबीर अशीच शरीरे होती, ज्यातून केवळ ईश्वराचीच प्रशंसा, स्तुती झाली. त्याचं संपूर्ण जीवन ईश्वरीय अभिव्यक्तीसाठीच होतं. त्यांची मात्र उपस्थिती लोकांच्या जीवनात परिवर्तन, जागृती घडवत होती. याचाच अर्थ, आपण एक तर 'काही नाही' (अहंकाररहित) बना किंवा सर्वकाही ('सर्वव्यापी मी') बना. दोन्ही एकच गोष्ट आहे. यालाच 'शुद्धतेची शक्ती' म्हटलं गेलंय.

मूठ उघडताच अहंकार नष्ट होतो

स्वतःला वेगळं मानून जगण्याचा खरा अहंकार माणसाला सुख-दुःखाच्या चक्रात अडकवून त्रस्त करतो. ही चोच नाहीशी होताच आपण स्वतःला मुक्त समजू लागाल. मूठ कितीही जोरात आवळली, तरी ती आपोआप उघडली जाते. त्याचप्रमाणे प्रत्येक शरीरात ईश्वराला प्रकट व्हायचंच असतं. अहंकाररूपी फेव्हिकॉलमुळे आपली मूठ बंद आहे, तो निघताच मूठ आपणहून उघडते. वास्तविक मूठ उघडण्यासाठीच असते हे लक्षात येताच अहंकार विलीन होईल आणि आपला विकास घडेल.

आता 'दुसरा कोणी नाहीच' ही 'समज' जर प्रत्यक्षात व्यवहारात उतरवली, तर इतर सर्व कार्यं कशी होतील? ती करण्यामागे उद्देश काय? त्यासाठी कोणती प्रेरणा उपयुक्त ठरेल? असे प्रश्न कदाचित आपल्यात निर्माण होऊ शकतात. तर याचं उत्तर आहे, व्यवहार तर निरंतरपणे चालत राहील. आपण ज्याप्रमाणे लहान मुलांना खूश करण्यासाठी त्यांच्या बाहुलीच्या लग्नात सहभागी होता. खरंतर त्या वेळी आपल्याला

ठाऊक असतं, हा सर्व खेळ चालला आहे. तरी देखील आपण त्यातील भूमिका वठवता आणि म्हणता, 'अरे, अद्याप पंडित कसा आला नाही... मुहूर्ताची वेळ टळत आहे...' अगदी अशाच प्रकारे अहंकाराच्या चोचीतून मुक्त झाल्यानंतर आपलं जीवन आनंदी बनेल. आपण सर्व गोष्टीत मुक्तपणे सहभागी व्हाल. त्यापासून दूर पळणार नाही आणि आसक्तीही ठेवणार नाही.

अध्याय १७

अहंकार सर्वांत मोठा

सबळ वैरी
अहंकार आणि क्रोधाचं नातं

अहंकार आणि क्रोध दोन्ही जंगली पशूप्रमाणे असून एकाच गुहेत राहतात. एक काळा आहे तर दुसरा पांढरा. काळा जितका वाईट दिसतो तितका पांढरा नाही. कारण तो सूक्ष्म आहे आणि काळा बटबटीत असल्याने लगेच जाणवतो. अगदी अशाचप्रकारे क्रोध प्रकट रूप आहे तर अहंकार अप्रकट. एखादा माणूस रागावत असेल, तर लगेच लक्षात येतं पण अहंकार मात्र दडलेला असतो.

कारण आणि परिणाम दोन्ही अंतर्यामीच असतात हे येथे आपण समजून घेणार आहोत. अहंकार कारण आहे तर क्रोध त्याचा परिणाम. अहंकार बीज आहे तर क्रोध त्याचं रोपटं. अहंकार सूक्ष्म असल्याने दिसत नाही मात्र, क्रोध स्थूल असल्याने दृष्टीस पडतो. उदाहरणार्थ, हवा सूक्ष्म असल्याने झाडाची पानं हलतात. त्यामुळे ती लगेच जाणवते. पाने हलणं स्थूल आहे. म्हणून ती हलवताना सर्वांना दिसतात. परंतु हवा मात्र सूक्ष्म असल्याने ती दिसत नाही. त्याचप्रमाणे अहंकारही क्रोधामुळेच दिसतो.

एखाद्याचा अहंकार दुखावला जातो, तेव्हा तो क्रोधित होतो. याचाच अर्थ, क्रोध एक लक्षण झालं तर अहंकार मूळ आजार. क्रोधातून मुक्त व्हायचं असेल, तर मूळ आजारावरच प्रहार करावा लागेल. त्यासाठी योग्य डॉक्टराकडे जावं लागेल. अहंकारी माणूस 'आजारी' असूनही स्वतःवर इलाज करू देत नाही आणि कोणी इलाज करण्यास प्रयत्न केलाच, तर ओरडायला सुरुवात करतो. केवळ भीतीमुळे तो अर्ध्यावरच इलाज करणं बंद करतो. म्हणून हा रोग सतत माणसासोबत राहतो. अशाप्रकारे अहंकाररूपी आजारावर इलाज करताना माणसाला डॉक्टरांवरही शंका येते.

अहंकाराला नेहमी सुरक्षित राहायचं असतं. त्याला आपल्या चुका इतरांवर थोपवायच्या असतात. स्वतःमधील लहान-सहान गुण तो बढाया मारून सर्वांसमोर सांगतो. परंतु इतरांमधील असामान्य गुणांची त्याला काहीच किंमत नसते. इतरांमधील चांगुलपणा त्याच्या दृष्टीस पडत नाहीत. कारण त्याची दूरची नजर कमी झालेली असते. स्वतःमधील चांगले गुण त्याला त्वरित दिसतात कारण त्याची जवळची नजर तीक्ष्ण असते. अहंकाराला दुसऱ्यातील अवगुण मॅग्निफाइंग ग्लासप्रमाणे मोठे दिसतात. परंतु स्वतःमधील अवगुण मात्र मॅग्निफाइंगग्लासमधूनही (सर्व वस्तूंना मोठं करून दाखवणारी काच) दिसत नाही. अहंकाराला वाटतं मीच खूप काम करतो आणि इतर लोक फारच कमी.

इतरांच्या आजाराबाबत त्याला काहीच वाटत नाही. परंतु स्वतःचा साधारण त्रास देखील खूप मोठा वाटतो. याशिवाय अहंकाराला स्वतःचे निर्णय, अनुमान आणि सल्ला सर्वश्रेष्ठ, योग्य वाटतात. इतरांच्या सर्वच गोष्टी नगण्य वाटतात, तुच्छ वाटतात.

अहंकार आपल्या लहान-सहान गोष्टींविषयी आसक्ती ठेवतो. त्याच्या इच्छा जर पूर्ण झाल्या नाहीत, तर तो अतिशय दुःखी होतो. आश्चर्य म्हणजे समोरच्याच्या कितीही मौल्यवान वस्तू हरवल्या वा त्यांची तोडफोड झाली, तरी त्याला यत्किंचितही दुःख होत नाही. उलट अशावेळी तो सर्वांना सल्ला देत राहतो. अहंकार इतरांद्वारे झालेल्या अपमानाचा बदला घेण्यास अतिशय उतावीळ असतो. तो नेहमी संधीच शोधत असतो. पण त्यानेही कुणाचा अपमान केला आहे याचं त्याला भान राहत नाही.

अहंकाराला जोवर एखाद्या गोष्टीपासून सुख-सुविधा मिळतात, तोवर ती त्याला प्रिय वाटते. ज्या वेळी त्या गोष्टीपासून लाभ मिळणं बंद होतं, त्या वेळी मात्र **लाभ आणि लक्ष्याची** निवड करताना तो लाभालाच प्राधान्य देतो. लाभ मिळाल्यानंतरच तो लक्ष्यावर ध्यान देऊ शकतो. अन्यथा लक्ष्याचंही त्याला विस्मरण घडतं. त्याचप्रमाणे **सुविधा आणि उद्देशातही** ९९ टक्के तो सुख-सुविधेला सर्वप्रथम स्थान देऊन उद्देश विसरतो.

अहंकाराला एखाद्या गोष्टीपासून सुरक्षा मिळते, तोपर्यंत ती गोष्ट त्याला आवडते. सुरक्षा बंद होताच त्याची रुची कमी होते. **सुरक्षा आणि कुलमूल उद्देश** यामध्ये निवड करताना तो सुरक्षाच बघतो. ती मिळाल्यानंतरच तो उद्देशाकडे ध्यान देतो. नाहीतर तेही विसरतो. त्याला हे माहीत असतं, की त्याचा समाज, देश, धर्म एखाद्या मुद्द्यावर चुकीचा आहे परंतु असुरक्षेच्या भावनेने आणि भीतीपोटी तो अशा लोकांविरुद्ध काहीच

बोलू शकत नाही. म्हणूनच आजवर धर्म, संप्रदाय, जातीयवादाच्या समस्या सुरूच आहेत. अशाप्रकारे सर्व दंगे, जाळपोळ, दहशतवाद या सर्व गोष्टींचं मूळ अहंकारच आहे. अहंकाररूपी रावणाद्वारेच या गोष्टी घडतात. यामुळेच या अहंकाराला प्रकाशात आणणं आवश्यक आहे.

माणसाच्या मनाचं मूळ काम असतं त्याच्या इच्छा आणि कामना जागृत करणं. मनाच्या इच्छा पूर्ण होत नाहीत, तेव्हा क्रोध जागृत होतो आणि प्रत्येक इच्छा पूर्ण होताच लोभ. लोभ तृप्त होताच त्या वस्तूंविषयी आसक्ती निर्माण होते. ती वस्तू न मिळाल्यास अहंकार फणा वर काढतो. अशाप्रकारे या विकारांच्या बंधनाची शृंखला घट्ट होत जाते. पण अहंकार विलीन होताच कामना, मोह कमजोर होत जातात. क्रोधाची कात्री तुटते, लोभरूपी लाकडाचे दोन तुकडे होऊन मोक्षाचं द्वार उघडतं. म्हणून अहंकारातून मुक्त होणं फार गरजेचं आहे. आता आपल्या मनात एकाच प्रश्नाचं गदारोळ उठला असेल, कसं... कसं मुक्त होता येईल या अहंकारातून... तर याचं उत्तर आहे पुढील खंडात... याद्वारे १३ पावलांवर थोडं थोडं काम करून धीराचे सूर छेडून या अहंकाराला मुळापासून नष्ट करण्याचा प्रयत्न केला जाऊ शकतो. चला तर मग, जाणून घेऊ या ती १३ महत्त्वपूर्ण पावलं...

खंड ४

अहंकारातून मुक्त होण्यासाठी

१३ पावले

मनाच्या शुध्दतेशिवाय एखादी शक्ती प्राप्त होताच अहंभाव प्रबळ होऊ लागतो.
म्हणून मनाचं पावित्र्य कायम जपायला हवं.

―――――――――――――
―――――――――

समस्या आल्यानंतर प्रथम तिचं निराकरण करून, मग ती विलीन केली जाते. पण वास्तवात समस्या आधीच मनामध्ये विलीन केली तर आपोआपच तिचं निरसन होईल.

―――――――――――――
―――――――――

अहंकाराची सेवा पूर्णत: व्हावी बंद
श्रवण, सत्यसेवा अन् भक्तीचा दरवळावा सुगंध

अध्याय १८

नम्रतेची शक्ती

द्वेषापासून मुक्ती

पहिलं पाऊल

'अहंकार' हा रोग असेल, तर नम्रता या रोगावरचं औषध आहे, हे जाणण्यासाठी पहिलं पाऊल उचलू या. 'नम्रता' हेच अहंकार विलीन करण्यासाठीचं पहिलं पाऊल आहे.

'नम्रता' या शब्दासोबत लोकांच्या मनात अनेक प्रश्न उद्‌भवतात. नम्रतेमुळे दुर्बलता येते का? हा जवळपास सर्वांनाच पडणारा प्रश्न. अज्ञान आणि आसक्तीतून नम्रतेचा जन्म झाला असेल, तर या प्रश्नाचं उत्तर 'होय' असचं आहे. इथे 'अज्ञान' नम्रतेचा जन्मदाता आहे, तर 'आसक्ती' तिची माता आहे. पण याउलट आत्मनियंत्रण नम्रतेचा जन्मदाता आणि 'समज' ही तिची माता असेल, तर मात्र नम्रता शक्ती आहे. नम्रतेमुळे दुर्बलता येते का, या प्रश्नाचं उत्तर 'नम्रतेचा जन्म कोणत्या घरात झाला आहे,' यावर अवलंबून आहे. उदा. स्वार्थापोटी हात जोडणारे काही राजकारणी नेते. त्यांच्या नमस्कारातून दिसणारी नम्रता म्हणजे केवळ अज्ञान आहे, आत्मनियंत्रण नव्हे. या ठिकाणी हात जोडण्याची क्रिया एखाद्या मशिनप्रमाणे सुरू असते. याचाच अर्थ, येथे नम्रता धोक्याच्या पडद्याआड दडलेली आहे. आता प्रश्न निर्माण होतो योग्य आहे की अयोग्य?

नम्रतेमागची भावनाच सांगते, की हे योग्य आहे की अयोग्य. तुम्ही एखादे वेळी दुसऱ्याच्या भावना समजून घेण्यात कमी पडाल, पण स्वत:ची भावना नक्कीच समजू

शकाल. तुम्ही समोरील व्यक्तीपुढे हात जोडताना स्वत:लाच एक प्रश्न विचारा, 'मी या व्यक्तीसमोर हात जोडण्याचं खरं कारण काय? या व्यक्तीची मला भीती वाटते की याच्याकडून माझं काही महत्त्वाचं काम पूर्ण होणार आहे? खरंच माझ्या मनात याच्याबद्दल प्रेमाची, आदराची भावना आहे?' हा प्रश्न विचारताच तुम्हाला तुमच्या मनातील भावना लक्षात येतील. याचाच अर्थ, नम्रतापूर्वक व्यवहार करण्यामागे वेगवेगळी कारणं असतात.

एकदा मालकानं आपल्या कामगाराला काम न होण्याचं कारण विचारलं, 'तू जर हे काम केलं नाहीस. तर तुझ्या सहकारी कर्मचाऱ्यांना याबद्दल का सांगितलं नाहीस?' यावर तो कामगार म्हणाला, "मालक, आपल्याच जुन्या जाणत्या लोकांनी सांगितलंय की सर्वांशी नम्रतेने आणि प्रेमानं वागा." नम्रतेचं कारण सांगून तो कामगार स्वत:च्या कामचुकारपणावर पांघरूण घालत होता.

या दोन्ही उदाहरणांतून हीच गोष्ट समजते, की लोभ आणि कामचुकारपणा हे दुर्गुण नम्रतेच्या आड येतात. लोभी, स्वार्थी लोकांना नेहमीच इतरांवर विसंबून राहावं लागतं. याचाच परिणाम ते दिवसेंदिवस कमजोर बनतात.

आत्मनियंत्रण, ज्ञान आणि समज असेल, तर नम्रता शक्तीचं स्वरूप धारण करते. कामात टाळाटाळ करणाऱ्या कामगाराला मालक खडसावू शकला असता. मालकानं जर त्याला जाब विचारला असता, तर तो काहीच प्रत्युत्तर करू शकला नसता. खरी ताकद मालकाकडेच होती, तरीही त्याने नम्रतापूर्वक व्यवहार केला. इथे मालकाच्या नम्रतेची शक्ती दिसून येते.

'समोरचा माझ्यावर क्रोध करेल की काय!' या भीतीपोटी कोणी नम्रतेनं वागत असेल, तर इथे नम्रता भीतीचं आणि कमकुवतपणाचं रूप घेते. हेच समजून घेऊ या पुढील महत्त्वपूर्ण गोष्टीतून.

जपानमध्ये काही जेन मास्टर असतात. जेन मास्टर म्हणजे असे प्रशिक्षक जे शिष्यांना तलवारबाजी, लढाईसारख्या माध्यमांतून जागरूक राहण्याचं प्रशिक्षण देतात, योद्ध्यांना लढाईच्या माध्यमातून ध्यान शिकवतात.

एके दिवशी जेन मास्टर ने दोन योद्ध्यांना परस्परांशी लढण्याची आज्ञा दिली. एक योद्धा दुसऱ्या योद्ध्यावर सलगपणे मात करत होता. लढाई दरम्यान जिंकणारा याद्धा प्रतिस्पर्ध्याच्या अंगावर बसला. इतक्यात हरणारा योद्धा त्याच्या तोंडावर थुंकला.

जिंकणाऱ्या योद्धाने खाली पडलेल्या योद्ध्यावर प्रहार करणे थांबवले आणि तो तत्काळ उठून उभा राहिला. एवढ्यात हरणाऱ्या योद्ध्याने विचारले, ‘‘तू तर जिंकतच होतास, तरीही तू मला सोडून का दिलंस?’’ यावर तो म्हणाला ‘‘जोपर्यंत मी जिंकत होतो, तोपर्यंत माझ्या मनात द्वेषाची सूक्ष्म भावनाही नव्हती. पण तू माझ्या तोंडावर थुंकलास त्या क्षणी मनात द्वेष जागा झाला. आता हा द्वेषभाव घेऊन मी जिंकलो, तरी तो विजय न ठरता माझाच पराभव ठरला असता.’’ असं बोलून त्या योद्ध्याने प्रतिस्पर्ध्यासमोर अदबीनं झुकून स्वत:चा पराभव स्वीकारला. या योद्ध्याची नम्रता शक्ती बनली. सांगायचं तात्पर्य हेच, की एखादा माणूस इतका संवेदनशील आणि सजग असू शकतो. मन:पटलावर द्वेषाचा एक विचार उमटला आणि जिंकणारा योद्धा जागृत झाला. आता मी लढण्यासाठी पात्र नाही ही त्याला जाणीव झाली. युद्धाचे सिध्दांत पाळले गेले, कोणत्याही द्वेषाशिवाय युद्ध झालं. उलट युद्ध सुरू असतानाही त्याच्या मनात नम्रतेचीच भावना होती. दोन्ही योद्ध्यांच्या मानसिकतेमधल्या तफावतीचं महत्त्वपूर्ण कारण म्हणजे ज्ञान आणि त्याद्वारे मिळणारी समज.

मनात द्वेषभावना ठेवून नम्रतापूर्वक व्यवहाराचं ढोंग करणाऱ्या माणसाच्या आयुष्यात नम्रता हे बलस्थान न ठरता दौर्बल्य ठरतं. नम्रता शक्ती आहे की दुर्बलता हे नम्रपणे वागताना तुमच्या मनात निर्माण झालेली भावनाच तुम्हाला सांगेल. ‘मी शरीर आहे,’ या अज्ञानामुळे नम्रता दुर्बलतेचं रूप घेते. वर दिलेल्या योद्ध्याच्या उदाहरणात, समोरचा मला मारू शकतो कारण ‘मी शरीर आहे,’ असे भाव असतील, तर येथे नम्रता दुर्बलता आहे.

खरंतर स्रोत (सोर्स) नेहमी अमर आहे, ज्याला कोणीच मारू शकत नाही. प्रभू येशूंच्या शरीरावर ज्यांनी दगड मारले, त्यांना याची कल्पनाच नव्हती, की येशूंच्या मनोशरीरयंत्रामध्ये ‘मी शरीर नसून अमर्याद स्रोत आहे,’ ही समज होती. तिथे अज्ञान नव्हतं म्हणूनच येशूंच्या जीवनात नम्रता शक्ती बनली. सुळावर चढवणाऱ्या लोकांना येशूंनी माफ केलं. येशू सुळावर चढण्यासाठी सिद्ध झाले... मीरा, सुकरात अगदी आनंदात विष प्यायला तयार झाले... मन्सूरने तर गळा कापला जात असतानाही स्वत:ला साक्षीभावाने पाहिले... या सर्व ठिकाणी नम्रता दुर्बलता नव्हती, तर शक्तिस्थान बनली होती. या सर्वांजवळ सत्याची सर्वोच्च शक्ती असून देखील त्यांचा व्यवहार नम्रतापूर्ण होता. कारण प्रेम, ज्ञान आणि ध्यानाचं पावित्र्य त्यांच्यासोबत होतं.

नम्रतेची शक्ती असणाऱ्यांना लोक म्हणत असतात, तुम्ही काहीतरी चमत्कार

करा. तुमच्याकडे तर नम्रतेची सर्वोच्च शक्ती आहे. एकाच क्षणात सर्व शत्रूंना ठार करा... पण समंजस लोक या शक्तीचा कधीच दुरुपयोग करत नाहीत. ज्या गोष्टी केल्याने सत्यापासून दूर जावं लागतं, त्या गोष्टींचा ते कधीच वापर करत नाहीत. आता आपण हे एक रूपकाद्वारे समजून घेऊ या.

एक लहानगा आपल्या वडिलांसमोर अर्वाच्य शब्द बोलतो. पण वडील मात्र त्याच्याशी अतिशय नम्रतेनं वागतात. कारण मुलगा लहान असल्यामुळं त्याला तितकी समज नाही याची त्यांना जाणीव असते. इथे नम्रता त्या वडिलांची शक्ती आहे. कारण या ठिकाणी आईची भूमिका 'समज' तर पित्याची भूमिका 'आत्मनियंत्रण' पार पाडत आहे.

योद्ध्यांच्या उदाहरणातही हेच पाहायला मिळतं, की द्वेषाचा विचार उमटताच जिंकणारा योद्धा माघार घेतो. कारण त्याच्याजवळ आत्मनियंत्रणाची शक्ती होती. 'मी का झुकतोय,' याची पूर्ण समज त्या योद्ध्याजवळ होती. बऱ्याचदा असं होतं, की टीव्हीवर खेळाचा सामना चालू असतो आणि 'माझी आवडती टीमच जिंकली पाहिजे,' असा माणसाचा अट्टहास असतो. काही वेळातच त्याची आवडती टीम हरत असल्याचा अंदाज येतो, मग रागाच्या भरात आपल्याच घरातील टीव्हीची तोडफोड करायला तो हयगय करत नाही. या प्रसंगात नम्रता दुर्बलतेचं कारण बनते. म्हणून **नम्रता आत्मनियंत्रणातून यायला हवी.**

प्रत्येकाजवळ योग्य निवड करण्याची शक्ती आहे, या शक्तीला जागृत करून योग्य निर्णय घेता येतो. पण कमकुवत माणसाचा निर्णय बाह्य परिस्थितीवर अवलंबून असतो. 'त्याने मला शिवीगाळ केली मग मलाही शिवी द्यावीच लागली... मी स्वत:ला अशा वेळी रोखूच शकत नाही... समोरचा माझ्याशी नम्रतेनं वागतोय, मग मलाही नम्रतेनेच वागावं लागेल... तो नम्रतेनं झुकतोय मग मलाही इच्छा नसली, तरी झुकावंच लागणार... समोरचा मला नमस्कार करतोय, तर मलाही करावाच लागेल...' या सर्व गोष्टींत समजेचा अभाव आहे. मनाच्या चुकीच्या वृत्ती जागृत असतानाही योग्य प्रतिसाद कसा द्यावा, हे केवळ आत्मनियंत्रणातूनच समजतं. आत्मनियंत्रण आणि समज हे दोन गुण असतील, तर आपल्याला भय बाळगण्याची आवश्यकता नाही.

विश्वातील प्रत्येक माणसात हा विश्वास असायला हवा, की नम्रतेची शक्ती जोवर त्याच्यासोबत आहे, तोवर कोणीही त्याचं नुकसान करू शकत नाही; इतकंच काय पण त्याच्या केसाला धक्काही लावू शकत नाही. ही समज व ज्ञान जर तुमच्या सोबत असेल,

तर तुम्ही भयमुक्त जीवन जगाल. अन्यथा तुम्ही स्वत:ला जे मानून बसला आहात, त्यातून भयाचीच निर्मिती होईल. 'नकली मी' दुर्बल तर आहेच पण खूप नाजूकही आहे. म्हणून या 'नकली मी' ला मरणही तितक्याच सहजतेने येऊ शकते. नकली अहंकार मृतवत असल्यासारखाच आहे. मग त्याची अति काळजी करण्याची गरजच काय! सत्याची समज ज्याच्याजवळ आहे, त्याला पूर्ण ज्ञान आहे की गमावण्यासारखं त्याच्याकडे आहे तरी काय आणि कमावण्यासाठी तर खूप काही आहे!

अज्ञानात जेव्हा स्वत:ला आणि इतरांनाही शरीर मानलं जातं, तेव्हा शरीरासोबत आसक्ती तयार होते. 'जर मी याचं ऐकलं नाही, तर हा नाराज होईल. मग याच्याकडून मिळणारा लाभ निघून जाईल.' या विचारामुळेच माणूस सुखसुविधांमध्ये अडकून राहतो. त्याला कोणाकडून पैसा मिळणार असेल, तर तो ते पैसे सोडणारच नाही. शरीरासोबत मोह जडल्यावर मनुष्याला झुकून नम्रतापूर्वक व्यवहार करावाच लागतो. मग गाढवालासुद्धा तो नमस्कार करतो. म्हणतात ना, 'अडला हरि, गाढवाचे पाय धरी!' इथे नम्रतेसोबत समज नसते.

याउलट जर गाढवामध्येही तुम्ही स्वानुभव (सर्वोच्च चेतना) पाहू शकलात, तर गुरू तुम्हाला गाढवासमोर नमस्कार करण्यापासून रोखणार नाहीत. पण केवळ लोभापोटी गाढवाला वंदन करणार असाल, तर वेळीच सजग व्हा.

सांगण्याचं तात्पर्य हेच - समस्या आल्यावर माणसात भीतीची भावना निर्माण होते. अशावेळी तो झुकायला तयार होतो, नम्रतेनेच व्यवहार करतो. केवळ लोकांना दाखवण्यासाठी स्वत: नम्र असल्याचा आव आणतो. पण अशा प्रसंगी दिसणारी नम्रता खरी आहे का, हे बाहेरून पटकन ओळखता येत नाही.

दुसरीकडे मनुष्य प्रेमापोटी, आदरासाठी झुकायला तयार होतो. दोन्ही प्रसंगांत तो हात जोडण्याचीच क्रिया करतो. पण दोन्हींमध्ये त्याच्या मनात निर्माण झालेल्या भावनांत किती मोठा फरक आहे!

अध्याय १९

प्रतिमेतून मुक्ती

प्रतिमेची प्रतिमा बनवू नका

दुसरं पाऊल

अहंकारातून मुक्त होण्यातला सूक्ष्म अडथळा म्हणजे मनुष्याकडून तयार करण्यात आलेली स्वतःचीच प्रतिमा (इमेज). अहंकारातून मुक्त होण्यासाठीचे दुसरं पाऊल म्हणजे स्वप्रतिमेशी सामना करणं.

प्रत्येक मनुष्य स्वतःची प्रतिमा बनवतो आणि आयुष्यभर काळजीपूर्वक तिचं जतन करतो. आज मनुष्य स्वतःकडून निर्माण झालेल्या 'स्व' प्रतिमेच्या ओझ्याखाली दबून गेलाय.

या स्वप्रतिमेला चिकटून राहिल्याने तो अशी काही कार्ये करतो जी खरंतर त्याला मुळीच आवडत नसतात. थोडा विचार करा, अशा परिस्थितीत त्याच्या मनाची अवस्था कशी असेल! वर्षानुवर्षे तो असाच जगतो, मग त्याचं स्वतःचं अस्तित्व नाहीसं होतं आणि त्याचं तेजस्थानाशी (हृदयाशी) असणारं तारतम्यच तुटून जातं.

स्वप्रतिमा सांभाळण्यासाठी माणूस काय काय करतो, हे काही उदाहरणांतून समजून घेऊ या- मोठ्या पदावर काम करणारी व्यक्ती उठणं, बसणं, बोलणं, चालणं थोडक्यात प्रत्येक व्यवहार तोलून मापूनच करत असते. अशी व्यक्ती पद, प्रतिष्ठेचा अतिविचार करून लोकांमध्ये मनसोक्तपणे मिसळत नाही. आपल्या बरोबरीच्या लोकांतच राहते. पण हे सगळं करताना त्या व्यक्तीची दमछाकच होत असते. ज्या मित्रांसोबत आनंद मिळायचा, त्यांच्याशी नाती तोडली जातात. हे सगळं करताना त्या व्यक्तीला तेजस्थानातून मार्गदर्शन मिळतच असतं, पण स्वतःची 'इमेज' सांभाळताना ती

तेजस्थानापासून दूरच जाते. स्वत:च्या आयुष्याचा महागडा सौदा केला जातो. यालाच म्हणतात 'अहंकाराची सेवा'. फक्त स्वत:च तयार केलेली प्रतिमा सांभाळण्यासाठी निखळ आनंदाऐवजी अहंकाराची निवड केली जाते.

एक मनुष्य भाजी खरेदी करण्यासाठी मंडईमध्ये जातो आणि भाजीवाला जो भाव सांगतो त्याच भावाने भाजी खरेदी करतो. स्वत:चं नाव आणि पद, प्रतिष्ठेमुळे तो थोडीसुद्धा किंमत कमी करण्याची विनंती करत नाही. कपड्याची खरेदी असो वा अन्य कोणत्याही गोष्टीची, दुकानदाराकडून दिल्या जाणाऱ्या मानसन्मानामुळे तो महाग वस्तूंच्या किमतीतही भावतोल करत नाही. प्रत्येक ठिकाणी त्याला स्वत:च्या प्रतिमेचीच काळजी सतावत असते.

माणसासाठी 'इमेज' हा भुरळ घालणारा शब्द. 'इमेज' म्हणजेच स्वप्रतिमा तयार करण्यासाठी तो स्वत:बरोबर जवळच्या आप्तेष्टांना, नातलगांनाही दु:खी करतो. मग त्याचे नातलग, मित्र-आप्तेष्टही तेजस्थानापासून दूर होऊ लागतात. तुम्हाला स्वत:ची 'इमेज' (प्रतिमा) बनवायची असेल, तर जरूर बनवा. पण ही प्रतिमा तुमच्या दु:खासाठी कारणीभूत ठरणार नाही, ही दक्षता घ्या.

आता कोणकोणत्या घटनांमध्ये स्वप्रतिमा खालावते आणि उंचावते हे पाहू या. श्रीमंतीचं नाटक करून काही लोक स्वप्रतिमा सुधारण्याचा प्रयत्न करतात तर काही लोकांना यासाठी सुंदर दिसणं महत्त्वाचं वाटतं. काही लोकांना ते सतत व्यस्त असल्याचे दाखवणं आवडतं तर काहींना त्यांचे सामाजिक हक्क गाजवणं. याच्या विपरीत काही घडलं, की त्यांची स्वप्रतिमा मलीन होते. अर्थात लोक त्यांना 'गरीब', 'सर्वसाधारण दिसणारा,' 'सामान्य माणूस' म्हणतात, तेव्हा त्यांची स्वप्रतिमा खालावते. एखाद्याला स्वत:च्या डिग्रीचा अभिमान असतो, 'अशातच एवढं शिकूनसुद्धा ही साधी गोष्ट जमत नाही!' असे कोणी बोलताच त्याची स्वप्रतिमा खालावते. काही लोक कार्यक्रमांमध्ये मुद्दाम उशिरा पोहोचतात जेणेकरून त्यांच्याकडे सगळ्यांचं लक्ष जावं आणि त्यांना 'व्ही. आय.पी.' समजण्यात यावं. तर काही लोक जाणून बुजून खूप वेळ रिंग वाजल्यानंतरच फोन उचलतात. या खोट्या प्रतिष्ठेत त्यांना मोठेपणा वाटतो. यामुळेच त्यांची स्वप्रतिमा उठावदार होते. थोडक्यात, त्यांच्या अहंकाराचं पोषण होत.

काही लोक पाहुण्यांमध्ये स्वप्रतिमा उठावदार व्हावी यासाठीच कर्मकांड आणि पूजापाठ करतात. जर ही कर्मकांडे केली नाहीत, तर स्वप्रतिमेला धक्का लागेल, याचंच त्यांना भय असतं. स्वत:ला 'धार्मिक' म्हणवून घेण्यात त्यांना स्वारस्य असतं. 'लोक काय म्हणतील,' या भीतीपोटी स्वत:ची प्रतिमा सांभाळताना लोक अशा गोष्टी करतात,

ज्या त्यांना तेजस्थानापासून दूर करतात. तुम्हाला असं सांगितलं जात नाही, की पूजापाठ करूच नका. पण कोणतंही कर्मकांड तुमच्या दुःखाचं, बंधनाचं कारण बनू नये. 'आता तरी करून टाकू. नंतरचं नंतर पाहू,' ही वृत्ती तुमच्यासोबत कायम राहू नये.

कॉस्मेटिक सर्जरीमध्ये निष्णात असणारा एक सर्जन होता. लोकांना दुःखमुक्त करण्यासाठी त्याने काही प्रयोग केले. काही लोक स्वतःच्या बाह्यरूपामुळे खूपच दुःखी असतात. ते नाकीडोळा नीटस नसतील, तर त्यांच्यात आत्मविश्वासाचा अभाव आढळतो. त्यांची आत्मप्रतिमा खालावते. त्या सर्जनने लोकांचे डोळे, नाक, ओठ, चेहऱ्यांवरचे काळे डाग प्लास्टिक सर्जरीच्या माध्यमातून ठीक केले. ऑपरेशननंतर या लोकांच्या आयुष्यात आमूलाग्र बदल झाला. त्यांच्या आत्मप्रतिमेला उभारी मिळाली.

ऑपरेशनपूर्वी एका माणसाची स्वप्रतिमा खूपच कमकुवत होती. त्याला वाटायचं, 'कोणी माझ्याकडे लक्षच देत नाही. माझं कुठलंच काम सहजपणे होत नाही.' तो लोकांसमोर जाताना गडबडून जायचा. माझ्या चेहऱ्यावरच्या कुरूप भागाकडेच लोकांचं लक्ष जाणार अस त्याला वाटायचं. ऑपरेशननंतर मात्र त्याच्या देहबोलीतून आत्मविश्वास झळकू लागला. त्याच्या आत्मविश्वासाकडे पाहून सर्जनचा विश्वासही दुणावला. 'लोकांना दुःखमुक्त करणं इतकं सोपं आहे तर' हीच त्याची धारणा बनली.

अशा प्रकारे चेहऱ्याच्या कुरूपतेमुळे दुःखी असणारे लोक ऑपरेशननंतर काही प्रमाणात का असेना दुःखातून बाहेर पडू लागले. पण थोड्याच काळात लक्षात आलं की फक्त चेहरे बदलून लोकांना दुःखमुक्त करता येत नाही. लोक त्याच दुःखापासून मुक्त होतील, जे त्यांच्या चेहऱ्याशी संबंधित होतं. मनाने मात्र ते पूर्वीसारखेच राहतील.

काही लोकांना ऑपरेशनचा फायदा झाला कारण ऑपरेशनंतर त्यांचे विचार बदलले. शरीराच्या कुरूप भागांमुळे मनात जे नकारात्मक विचार होते, ते बदलले. अर्थात जे विचार तेजस्थानापासून दूर नेत होते, तेच विचार संपले आणि त्यांचा तेजस्थानाशी संपर्क होऊ लागला.

आता विचार करा, एकाच कारणामुळं मनुष्य तेजस्थानापासून दूर जातो का? नक्कीच नाही, तेजस्थानापासून दूर जाण्याची अनेक कारणे आहेत. घरमालक कटकट करतो, ऑफिसमध्ये बॉस खूप वेळ काम करवून घेतो, घरात बायको बडबड करते, शरीरात काही आजार-पीडा सुरू आहेत...फक्त चेहरा बदलल्यानं माणसाचा थोडा आत्मविश्वास वाढला. पार्टीमध्ये सर्वांसोबत वावरताना आगळाच हुरूप जाणवू लागला. लोकांशी चांगले संबंध तयार झाले. पण सर्व दुःखांतून मुक्ती मिळालीच नाही. त्यातल्या त्यात तेच लोक काही प्रमाणात मुक्त झाले, जे सुंदर दिसण्यासाठी खूपच आतुर

होते. याउलट काही लोक असेही होते ज्यांचा चेहरा सुंदर झाला होता, पण ते मनाने पूर्वीसारखेच राहिले.

लोकांच्या विचारांत जेव्हा परिवर्तन होतं, तेव्हाच त्यांची आत्मप्रतिमा उंचावते. बाह्य गोष्टी तर केवळ निमित्तमात्र असतात. चेहरा बदलल्यानंतरही मनुष्याच्या विचार करण्याच्या पद्धतीत फ रक पडला नाही, मनाच्या त्याच जुनाट कथा सुरू राहिल्या, तर त्याची आत्मप्रतिमा सुधारू शकत नाही. त्या सर्जनला हेच कळून चुकलं, की आणखी एक गोष्ट आहे जी बदलायलाच हवी.

मग आंतरिक प्रतिमेवर संशोधन सुरू झालं. आंतरिक प्रतिमा दोन प्रकारची असते - कमकुवत प्रतिमा (पुअर इमेज) आणि दुसरी सशक्त किंवा मजबूत प्रतिमा (रिच इमेच). पण दोन्ही प्रतिमा खोट्या आहेत. आरंभी मनुष्य 'मी इतरांपेक्षा कमी' ही स्वप्रतिमा बाळगतो, नंतर 'मीच इतरांपेक्षा सरस' या प्रतिमेला चिकटतो.

सर्वप्रथम मनुष्याला कमकुवत प्रतिमेतून बाहेर काढावं लागतं. यासाठीच त्याला सांगितलं जातं, 'तू दुर्बल नाहीस. तुझ्यासाठी तर सगळं काही उपलब्ध आहे.' मग तो सशक्त प्रतिमेचा अनुभव घेतो, 'मी कोणतंही कार्य करू शकतो, सगळं शक्य आहे.' आता तो लोकांसमोर स्वत:चं श्रेष्ठत्व सिद्ध करण्याचा प्रयत्न करतो. 'मी इतरांपेक्षा सरस' याचाच अर्थ तो अजूनही भ्रामक आत्मप्रतिमेत अडकला आहे. ज्याला या दोन्हींतून पुढे जायचे आहे, तो 'ट्रू इमेज' म्हणजेच अस्सल प्रतिमेवर विश्वास ठेवतो. अस्सल आत्मप्रतिमा म्हणजे वरील दोन्हींच्या पलीकडे, जिथे ना कमीपणाची भावना, ना श्रेष्ठत्वाचा गर्व. तो या दोन्हींच्या पल्याड जाऊन पाहू शकतो.

या पुस्तकाचा उद्देश हाच आहे, की तुम्ही या दोन्ही प्रतिमांच्या पलीकडे जावे. जी प्रतिमा पलीकडे जाण्यासाठी मदत करेल, ती नदीच्या पैलतीरावर नेणाऱ्या नावेप्रम णेच कार्य करते. यासाठी 'अशी कोणती गोष्ट आहे जी कधीच बदलत नाही,' यावर विचार करा. जी गोष्ट कधीच बदलत नाही तिचंच गुणगान गावं. अहंकाराची सेवा सोडून जेव्हा तुम्ही कधीच न बदलणाऱ्या गोष्टीशी जोडले जाल, तेव्हा प्रतिमेच्या खालावणं-उंचावणं या चक्रापासून मुक्त व्हाल.

मनुष्य भूतकाळाच्या प्रतिमेशी चिकटून राहतो आणि त्यातून भविष्यकाळ निर्माण करतो. आजच तुमच्या भविष्याला भूतकाळापासून मुक्त करा. वर्तमानात जी समज बाळगाल, तीच तुमच्या भविष्याला आकार देईल.

अध्याय २०

शरीर, मन, बुद्धी-प्रशिक्षण
हृदयरूपी आईचं ऐका

तिसरं पाऊल

अहंकारमुक्तीसाठी तिसरं पाऊल आहे शरीर, मन आणि बुद्धीच्या प्रशिक्षणाचे महत्त्व -

प्रत्येक माणासाकडे शरीर, मन आणि बुद्धी यांच्या रूपात तीन लहान मुले आहेत. हीच संकल्पना दुसऱ्या शब्दात समजून घेऊ या. समजा, तुमच्या अंतर्यामी असणाऱ्या स्वानुभवाला आईची संज्ञा दिली तर शरीर, मन व बुद्धी ही त्या आईची तीन अपत्ये होतील. एखादी स्त्री बाळाला जन्म देते, तेव्हाच तिला आई होण्याचा अनुभव घेता येतो. अगदी त्याप्रमाणेच स्वानुभवरूपी आई या तीन अपत्यांद्वारे स्वत:चाच अनुभव करू इच्छिते. अर्थात या तीनही मुलांकडे योग्य ध्यान देणं अनिवार्य ठरतं, जेणे करून ज्या उद्देशाने ही मुले अस्तित्वात आली तो उद्देश पूर्ण होईल.

अध्यात्माच्या क्षेत्रात शरीर, मन, बुद्धीच्या योग्य विकासासाठी अनेक ध्यानविधींची निर्मिती झाली. ध्यान शिकताना सुरुवातीला तुमचं ध्यान काही गोष्टींवर जास्त, तर काही गोष्टींवर कमी असतं. मग निरंतर अभ्यासामुळं तुमचं तीनही गोष्टींवर योग्य ध्यान होऊ लागतं, तेव्हा दिसणारे परिणाम अद्भुत असतात. ज्या लक्ष्यासाठी आपण पृथ्वीवर आलोय, ते पूर्ण होतं.

शरीर, मन व बद्धीच्या विकासावर आवश्यक ते लक्ष न देणाऱ्या लोकांचा संपूर्ण विकास होत नाही. मग जीवनाचे काही पैलू अपूर्णच राहतात. या लोकांद्वारे होणारी

ईश्वरीय अभिव्यक्ती अपूर्णच राहते. म्हणूनच शरीर, मन, बद्धीचा सर्वांगीण विकास व्हायला हवा. मग स्वानुभवरूपी आई संपूर्ण अभिव्यक्ती करून पृथ्वी लक्ष्य (आत्म साक्षात्कार) प्राप्त करू शकेल.

स्वानुभवाने (सेल्फ) स्वत:च्याच आनंदासाठी तीन मुलांना संसारात आणलं आहे. मग हाच स्वानुभव शरीर, मन, बुद्धिरूपी मुलांच्या मोहमायेत फसतो आणि स्वत:लाच विसरतो. सुरुवातीला बाळाचे बोबडे बोल, त्याच्या सर्व बालसुलभ क्रीडा आई-बाबांना खूप आनंद देतात. मग बरेचसे आई-वडील आपल्याच मुलांच्या मोहात अडकून लक्ष्य विसरतात. समज नसेल तर आई-वडिलांकडून मुलांचे अतिलाड केले जातात, ज्यामुळे मुले बिघडतात. ज्या मुलांचा जन्म आनंदासाठी झाला होता, तीच मुले आई-वडिलांच्या दु:खाचे कारण बनतात.

या तिन्ही मुलांमध्ये जेव्हा नम्रतेची-शुद्धतेची शक्ती संचारते, तेव्हा हीच मुले स्वानुभवरूपी मातेला पृथ्वी लक्ष्य प्राप्त करण्यासाठी मदत करतात. सेल्फच्या आनंद अभिव्यक्तीचे कारण बनतात.

मुलांना तेजप्रेम देणं याचाच अर्थ त्यांच्या सर्व गरजा योग्य वेळी, योग्य रीतीनं आणि योग्य प्रमाणातच पूर्ण करणं. अर्थात आज मुलांना एखाद्या गोष्टीची गरज असेल, तर ती गोष्ट त्यांना अवश्य मिळायला हवी. समजा, एखाद्या मुलाला व्हिटॅमिन 'सी' ची जास्त आवश्यकता आहे, तर त्याला तुम्ही असाच आहार द्याल ज्यामध्ये व्हिटॅमिन 'सी' मुबलक असेल. पण ज्या मुलाला व्हिटॅमिन 'डी' ची आवश्यकता आहे, त्याला तुम्ही सकाळच्या कोवळ्या उन्हात बसवाल. सांगायचं तात्पर्य हेच, की शरीर, मन आणि बुद्धिरूपी तिन्ही मुलांना योग्य प्रशिक्षण मिळायला हवे.

शरीराला व्यायाम आणि श्रमाच्या माध्यमातून तयार करावं लागतं, तर मनात उद्‌भवणाऱ्या बेलगाम विचारांना ध्यानविधींद्वारे प्रशिक्षण मिळतं आणि सत्यश्रवणामुळे बद्धीला समज देऊन तिची विवेकशक्ती वाढवली जाते.

अशा रीतीने उपयुक्त प्रशिक्षण मिळाल्यास या तीन मुलांकडून आश्चर्यकारक कार्ये पार पडतील. तिघांना एकाच वेळी प्रशिक्षण देणं कठीण वाटत असल्यास कोणत्याही एका मुलाला प्रशिक्षण द्यायला सुरुवात करा. इतर दोघांवर कालांतराने लक्ष द्यालंच.

हृदयाचं ऐका

सांसारिक मनुष्य बुद्धीचा वापर करूनच सगळे निर्णय घेतो. बुद्धी हेच तुलनात्मक

मनाचं निवासस्थान आहे. म्हणजे सतत तुलना करणारं मन. माणसाच्या अहंकाराला प्रबळ बनवण्याचं काम हेच मन करतं. स्वानुभव अर्थातच 'सर्वव्यापी मी' हृदयामध्ये विराजमान असतो, मनामध्ये नाही. माणसाच्या हृदयातून सहज मनाचे विचार येतात, जे ईश्वरीय विचार असतात. जो मनुष्य निर्णय घेताना हृदयाचं ऐकतो, तो थेट स्वानुभवातून उमटणारा नाद ऐकत असतो. फक्त बुद्धीचं ऐकणारा मनुष्य मनाचा म्हणजेच अहंकाराचा आवाज ऐकत असतो.

हृदयस्थ राहून ईश्वरीय गुणांची अभिव्यक्ती करणं हीच माणसाची आवश्यकता आहे. कारण हृदयाचं ऐकणारा मनुष्यच स्वार्थ, वासना, लोभ आणि फायदा-तोट्याच्या गणितांपासून मुक्त होतो. 'स्वानुभव' मानवी शरीराच्या माध्यमातून स्वत:चा अनुभव करताना ईश्वरीय गुणांची अभिव्यक्ती करू इच्छितो.

हृदयावर स्थापित होऊ इच्छिणाऱ्यांनी स्वत:च्या शरीर, मन, बुद्धीला शिस्त लावायला हवी. शिस्त पाळणारे शरीरच तुमचा चांगला नोकर बनू शकते. पण स्वत:ला शरीर समजणारे लोक 'माझ्या शरीराला नोकर म्हणतात,' हे ऐकूनच नाराज होतात. पण यात वाईट वाटण्याचं काहीच कारण नाही. वास्तवात **तुम्ही शरीर नसून सेल्फ (ईश्वर) आहात**. म्हणून ही समज पक्की करा, की शरीर तुमचा मित्र आहे आणि त्याचं अस्तित्व तुमच्या सेवेसाठी आहे. स्वत:ला शरीर मानल्यामुळेच सुखसुविधांचा हव्यास जडतो. मग कानांना मधुर संगीताचीच ओढ लागते तर डोळ्यांना मनोहारी दृश्यांचा ध्यास लागतो. त्वचेला सुखद स्पर्श, जिभेला स्वाद, नाकाला सुगंध आणि शरीराला केवळ आराम हवाहवासा वाटतो. शरीराला मिळणारी सुखसुविधा थोडी जरी कमी झाली, तरी क्रोध जागृत होतो, मग मन निराश होतं. पण जेव्हा शरीरापलीकडल्या स्वअस्तित्वाची जाणीव होते, तेव्हा मोहात न अडकता शरीराकडे योग्य तितकंच लक्ष पुरवलं जातं. आवश्यक तेवढेच ध्यान मिळेल, तेव्हा शरीराला शिस्त लागेल आणि मन अहंकारातून मुक्त होईल.

अध्याय २१

बंधनरहित साक्षी व्हा

अहंकारातून तेजस्थानाकडे

चौथं पाऊल

सेल्फने (ईश्वराने) संसाराची निर्मिती केली, पण तो स्वत:चं दिव्यस्वरूप कालांतराने विसरला आणि स्वत:ला शरीर समजू लागला. याच कारणास्तव त्याचा शरीराशी मोह जडला. शरीराशी आसक्ती वाढते, तेव्हा आराम, सुख-सुविधा, साजशृंगार, पेहेराव, शरीरस्वास्थ्य आणि इंद्रियसुखांवरच आपलं लक्ष (फोकस) केंद्रित होतं मग शरीराला झालेला त्रास तुमच्या दु:खाचं कारण बनतो, तर त्याला मिळालेलं सुख तुमच्या आनंदाचं कारण बनतं. अशा प्रकारे तुम्ही शरीराच्या इंद्रियसुखातच फसत जाता.

तुम्ही शरीराला बंधनरहित साक्षीच्या नजरेने पाहू शकता. बंधनरहित म्हणजे सर्व बंधनांपासून मुक्त असलेला आणि साक्षीचा अर्थ जाणणारा. प्रत्येक घटनेत स्वत:ला बंधनरहित साक्षीभावानं पाहणं हे अहंकारमुक्तीचं चौथं पाऊल आहे. अर्थात हे पाऊल अतिसूक्ष्म आहे.

बंधनरहित साक्षीभाव कसा कार्य करतो, हे एका नर्सच्या उदाहरणातून समजून घेऊ या. समजा, एका हॉस्पिटलमध्ये एखादं लहान मूल रडू लागतं, तेव्हा नर्स त्याला दूध आणून देते. इतक्यात दुसरं बाळ रडू लागताच ती त्याच्याकडेही लक्ष देते. कारण त्या नर्सला व्यक्तिगत पातळीवर कुठल्याच बाळाशी आसक्ती नसते. तरीपण ती सर्व मुलांकडे तितक्याच काळजीपूर्वक लक्ष देते आणि त्यांना स्वस्थ ठेवण्याचं कार्य करते. कितीही कडू औषध असू दे, मुलानं ते खाताना कितीही आरडाओरडा केला, तरीही ती

वेळेवरच औषध देते. एखाद्या बाळाला आरामाची गरज असेल, तर आईप्रमाणे त्याला प्रेमाने थोपटून झोपवते. अगदी या नर्सप्रमाणे कुठलीही आसक्ती न ठेवता आपणही शरीर, मन, बुद्धी या तीन मुलांकडे लक्ष द्यायचं आहे. शरीराला योग्य ध्यान मिळताच ते अनुशासित होतं आणि तुमच्या अभिव्यक्तीमध्ये खुलून सहयोग करतं. अन्यथा तुम्ही शारीरिक त्रासांना, पीडांना घाबरतच संकुचितपणे जगता.

शरीरात भीतीची भावना उद्भवताच कुणाशीही बोलताना संकोच वाटू लागतो, 'लोक काय म्हणतील... तो माझ्याबद्दल काय विचार करेल... हा माझ्याकडे लक्षच देत नाही... याला तर नेहमी माझा अपमानच करायचा असतो... तो माझ्यावर कधीच प्रेम करत नाही...' अशा अनेक मान्य कथा बनवून माणूस संकुचितपणे जगू लागतो.

तुम्ही प्रेमाचे स्रोत आहात...

खरंतर तुम्ही स्वत:च प्रेमाचे स्रोत आहात. पण जोपर्यंत ही समज पक्की होत नाही, तोपर्यंत तुम्ही इतरांकडून प्रेमाची, आदरातिथ्याची अपेक्षा करत राहता. तुम्ही जेव्हा स्वत:ला अनुभवातून जाणाल, तेव्हा पूर्णपणे खुलून फक्त प्रेमाचीच अभिव्यक्ती कराल. मग इतरांकडून प्रेमाची अपेक्षा न ठेवता तुम्हीच त्यांना प्रेम द्याल. कारण अमर्याद प्रेम आणि आनंदाचा प्रसार करणं हाच तुमचा मूळ स्वभाव आहे.

स्वानुभवाचं शरीराशी असणारं नातं समजण्यासाठी म्हणजेच 'मी कोण आहे,' हे रहस्य जाणण्यासाठी तुम्हाला ध्यानात बसावं लागेल. शरीर, मन आणि बुद्धी साठी शांत बसणं म्हणजे कठीण गोष्ट असते. कारण त्यांची प्रवृत्ती चंचल आहे. ध्यानविधी टाळण्यासाठी अनेक कारणं दिली जातात. मन म्हणतं, "मी गप्प बसूच शकत नाही." बुद्धी म्हणेल, "फक्त बसण्यापेक्षा दोन-चार कामं तरी होतील." आणि एकाच ठिकाणी बसून राहणं शरीराला कंटाळवाणं वाटतं. म्हणूनच या तिघांना आधी प्रशिक्षण द्यायला हवं. जेणेकरून तुम्हाला ध्यानापासून ते विचलित करणार नाहीत.

पूर्वतयारी

अज्ञानी मनुष्याला अंतिम सत्य इतक्या सहजपणे मिळत नाही, कारण त्याची तयारी झालेली नसते. तयारीशिवाय अंतिम सत्य मिळाल्यास सर्वोच्च लाभ घेता येत नाही आणि प्राप्त झालेला स्वानुभवही गमावण्याची शक्यता वाढते. सुरुवातीला मनुष्य अहंकार, क्रोध, अपराधबोध, भीती, द्वेष आणि श्रेय घेण्यासाठीची धडपड अशा कित्येक विकारांनी ग्रस्त असतो. या सर्व विकारांतून मुक्त होण्यासाठी मनाच्या खेळांना आणि प्रपंचालाही समजून घेणं अत्यावश्यक ठरतं. मनाचे खेळ निराळेच असतात जसे, की मी पणाचा बडेजाव, कल्पना, कुतर्कांमध्ये अडकणं, कपटीपणा, अनुमान लावणं,

आपलं तेच खरं करणं, श्रेय घेण्यासाठी धडपडणं... हे सारे विकार सत्यशोधकांला त्याच्या मार्गापासून विचलित करतात. परंतु ज्ञान मिळताच सत्यशोधकाची समज वाढते, मनाचे सारे खेळ समजू लागतात, विकारांमध्ये अडकणं बंद होतं. मग मनाचं आक्रसणं कमी होऊ लागतं, एका वेगळ्याच स्वातंत्र्याचा अनुभव होतो. ज्ञान आणि भक्तीमुळे माणसाचं मन 'न-मन' होतं म्हणजेच अहंकार समर्पित होतो. मग न-मन झालेलं हेच मन सत्याच्या शोधात सहयोग करतं.

अर्थात अंतिम सत्यापर्यंत पोहोचण्यासाठी विकारांवर आणि मनाच्या खेळांवर विजय प्राप्त करताना पूर्ण तयारी व्हायला हवी. यासोबतच शरीर, मन व बुद्धीची शुद्धता वाढवण्यावर भर द्यायला हवा. पूर्वतयारी नसणारा मनुष्य मार्गात येणाऱ्या सुख-सुविधा, अस्थायी आनंद सिद्धी, लाभांमध्येच आनंद मानून तेथेच थांबेल. त्याची परमानंद (स्वानुभव) प्राप्त करण्याची इच्छा मंद होईल. मग तो आपलं पृथ्वीलक्ष्यही मध्येच सोडून देईल.

अहंकारातून तेजस्थानाकडे

तुम्हाला बुद्धीपासून हृदयाकडे म्हणजेच तेजस्थानावर येण्याची सुरुवात करायला हवी. मग तुमची बुद्धी तेजस्थानावर राहूनच विचार करेल आणि निर्णय घेईल. ज्या वेळी तेजस्थानावर राहून तेजसत्याची इच्छा ठेवली जाते, त्या वेळी कमीत कमी का असेना तुम्ही बुद्धीच्या तर्क-वितर्कांपासून दूर असता. बुडणाऱ्या जहाजाला सोडून देण्यातच स्वत:चं कल्याण असतं. जे जहाजाला सोडत नाहीत, ते त्यासोबत बुडणारच. अगदी त्याचप्रमाणे डोक्यात चालणाऱ्या मायावी विचारांना आणि तुलनात्मक मनाच्या बिकारांना योग्य वेळी तिलांजली दिली नाही, तर जीवनरूपी जहाज दु:खाच्या भोवऱ्यात फसून जाते.

तुम्हाला जर तेजस्थानाकडे जायचं असेल, तर अहंकाराला (नकली मी) बुद्धीकडेच सोडून जावं लागेल. अहंकाराला ही जाणीव असते, की तेजस्थानावर (हृदयावर) फक्त स्वानुभवाचीच सत्ता असते, तेजस्थानावर जाण्याचा अर्थ आहे, अहंकाराचा मृत्यू. म्हणून अहंकार हेच म्हणेल, "मी बुद्धीमध्ये राहूनच हृदयाला जाणतो," पण अहंकाराच्या पूर्ण समर्पणाशिवाय स्वानुभव केवळ अशक्य. यासाठीच अहंकाराची कायम चौकशी करायला हवी, 'तू कोण आहेस... या क्षणी तू नेमका कोण आहेस... काही वेळापूर्वी कंटाळलेला, त्रासलेला, दु:खी माणूस होतास... काही क्षणांपूर्वी कुणाचा तरी भाऊ होतास... कोणती तरी भूमिका पार पाडत होतास... आता तू नेमका कोण आहेस? अनुभवातून सांग... Who am I now?'

अध्याय २२

विचाररूपी खिसा पडताळा

निर्विचार ध्यान

पाचवं पाऊल

अहंकार अधिक पुष्ट व्हावा यासाठी जर विचारांची भूमिका जितकी महत्त्वपूर्ण असेल, तर नक्कीच या अहंकाराला विलीन करण्यासाठी विचारांचं योगदान श्रेष्ठ ठरतं. कसं ते जाणण्यासाठी आपण पाचव्या पावलात प्रवेश करू या.

आपल्याला त्रासदायक वाटणाऱ्या प्रत्येक विचारामागे एक संदेश दडलेला असतो. प्रत्येक विचाररूपी खिशात संकेत असतो. तुम्ही विचारांचं पाकीट मारताच तुम्हाला तो संकेत मिळेल, अन्यथा विचारच तुमचं पाकीट हिरावून घेतील. बेहोशीत केलेले विचार आपल्या चेतनेची चोरी करतात. परंतु सजगता असेल, तर येणारा प्रत्येक विचार आपल्याला हाच संकेत देईल, की 'पुढचा विचार येण्यापूर्वीच्या मधल्या अवधीमध्ये तुमचं अस्तित्व आहे. या मधल्या अवधीमध्येच स्वानुभव घ्या.' अशा प्रकारे दोन विचारांतील अंतराळात सजग होऊन जाणल्याने पुढचा विचार लवकर येत नसल्याचं जाणवेल. सजगतेनं पाहिल्यास विचारांची गती, गर्दी कमी झाल्याचं आढळेल. येणाऱ्या पुढील विचारांना अशा प्रकारे बघितल्यास, ते यायचे हळूहळू बंद होतील. मग त्या अंतराळात केवळ 'वास्तत्वात आपण जे आहात,' तेच राहील. ही एक साधी, सरळ गोष्ट आहे. परंतु समज नसल्याने ती विचारशून्य अवस्था प्राप्त करण्यास लोकांची कित्येक वर्षं व्यतीत होतात. यातच आपण आपलं अस्तित्व जाणू शकता. 'हाच मी आहे' या समजेसह मग सगळी कार्य होऊ शकतात. असा प्रयोग करून पाहताच आपल्या जीवनात सकारात्मक परिणाम समोर येतील. यामुळेच आपला

विश्वास वृद्धिंगत होईल. अन्यथा निर्विकार अवस्थेत बसून राहिल्याने इतर कामं कशी होतील? असं आपला तर्क सांगेल. वरील ध्यानप्रयोग आताच करून निर्विचार अवस्था जाणा.

वरील समजेसह विचारांच्या ध्यानाचा लाभ घेऊ या-

१. ध्यानावस्थेत आसन व मुद्रेसह बसा आणि डोळे बंद ठेवा.

२. आता स्वत:च्या विचारांना पाहा, की मनात कोणते व कोणत्या प्रकारचे विचार येताहेत. दोन विचारांमधल्या अंतराळामध्ये उपस्थित राहा.

३. काही विचारांवर शरीर त्वरित प्रतिक्रिया देण्याचा प्रयत्न करेल. जसे, ध्यान करताना तुम्हाला 'चेहऱ्यावर खाज सुटत आहे,' असा विचार येताच तुमचे हात खाजवण्याची क्रिया करण्यासाठी उचलले जातील. पण या ध्यानात तुम्हाला हे करायचे नाही. शरीराला एका जागी स्वस्थ बसवून फक्त विचारांना अलिप्तपणे जाणायचं आहे, की कोणत्या गोष्टींबद्दल जास्त विचार येताहेत... कोणत्या गोष्टींबाबत कमी विचार येताहेत... इत्यादी.

४. विचारांना केवळ साक्षीभावाने जाणत राहा. 'चांगला' किंवा 'वाईट', हे लेबल कोणत्याही विचाराला देऊ नका. 'मला जास्त विचार हवे आहेत' किंवा 'मला आता खूप कमी विचार हवे आहेत,' अशा प्रकारची कोणतीच इच्छा बाळगू नका.

५. आरंभी हे ध्यान पाच मिनिटांसाठी करा. कालांतराने ध्यानाची वेळ वाढवत जा. या ध्यानाचा निरंतर सराव केल्याने तुमची सजगता वाढेल.

अध्याय २३

तिसरी पद्धत

काहीच न करणंसुद्धा अहंकाराच्या हाती नाही

सहावं पाऊल

दु:खमुक्तीसाठी माणसाकडे फक्त दोनच मार्ग असतात. एक म्हणजे समोरच्या व्यक्तीवर आगपाखड करणं किंवा दु:ख गिळून गप्प बसणं. पहिल्या मार्गाने तो समोरच्याला त्रस्त करतो आणि दुसऱ्या मार्गाने चिडचिड करतो किंवा स्वत: शांत बसून आतल्या आत घुसमटत राहतो. त्याचं हे वागणं घरातील सर्वांच्याच तणावाचं कारण बनतं.

अशा वेळी प्रश्न पडायला हवा, 'दु:ख आल्यावर फक्त हेच दोन मार्ग असतात का?' याचं उत्तर आहे – 'नाही, तिसरा मार्ग आहे.' या मार्गावर चालणारे दुसऱ्यांना दोष देत नाहीत आणि स्वत:ही त्रास करून घेत नाहीत. फक्त साक्षीभावाने तीन मुलांकडे (शरीर, मन, बुद्धी) समजेसह ध्यान देतात, 'काही करणं' किंवा 'काही न करणं' तीन मुलांच्या हाती नाही ही समज पक्की करतात. साक्षीभावाने पाहताच शरीरावर असणारे दु:खद भाव जसे, की हृदय, खांदे किंवा डोकं या अवयवांवर आलेला ताण हळूहळू कमी होत जातो. कारण कोणताही नकारात्मक भाव कायम टिकणारा नसतो.

पावसाळ्यात कधी ढग दाटून येतात तर कधी ऊन पडतं, प्रत्येक वेळी वातावरण बदलत असतं. आपणही याच दृष्टिकोनातून मानवी मनाकडे पाहायला हवं. आपली मन:स्थिती कायम बदलत असते. कारण सगळं काही क्षणभंगुर आहे, केवळ एकच तत्त्व (सत्य) चिरंतन टिकणारं आहे. अज्ञानात मनुष्य क्षणभंगुर गोष्टींना चिरंतन समजतो

आणि स्वत:सोबत इतरांनाही दु:ख देतो.

काही लोक नेहमी सांगत असतात, मी दुसऱ्यांसाठी अमुक केलं... तमुक केलं... अशा लोकांना काहीच न करता शांत बसण्यासाठी सांगितलं जातं, पण ते मात्र शांत बसू शकत नाहीत.

खरं पाहता, आपण इतरांसाठी काही करून त्यांच्यावर नाही. तर स्वत:वरच उपकार करत असतो. जो इतरांसाठी चांगलं कार्य करतो, त्यालाच आत्मसंतुष्टीची व आनंदाची प्रथम भावना जाणवते. तुम्ही मदत करण्यासाठी सक्षम असतानाही गरजूंना मदत करणार नसाल, तर अपराधबोध आणि दु:खाची जाणीव होणारच. प्रत्येकाने ही समज बाळगायला हवी, की आपण जे काही करतो ते स्वत:च्या आनंदासाठी, इतरांसाठी नव्हे. पण अहंकार हेच म्हणतो, 'मी त्यांच्यासाठी इतकं काय काय केलं, पण मला गरज असताना त्यांनी विचारलंही नाही, केलेल्या उपकारांची जाणीव ठेवली नाही.'

स्वत: केलेल्या कामाचं श्रेय न मिळताच मनुष्य दु:खी होतो. अशा वेळी 'त्याच्यासाठी काहीच केलं नसतं तर किती बरं झालं असतं!' हाच विचार त्याच्या मनात डोकावतो. पण हे समजून घ्या 'न करणं सुद्धा माणसाच्या हाती नाही.' तरीही ते कार्य तुमच्याकडून झालं कारण त्या वेळी त्याशिवाय दुसरं काहीच करणं तुम्हालाही शक्य नव्हतं, म्हणून सहज झालेल्या कार्याचं श्रेय घेत अहंकाराची सेवा करणं टाळायला हवं. अहंकार प्रत्येक गोष्ट वाढवून चढवून दाखवतो. मग प्रत्येक गोष्ट आहे त्यापेक्षा मोठी दिसू लागते. जे अतिरिक्त दिसतं ते विलीन करा आणि वास्तवात जे आहे ते शुद्ध मनाने पाहा. इतरांसाठी प्रेमापोटी तुम्ही काही केलं असेल, तर हे समजून घ्या, की ते कार्य तुमच्याद्वारे संपन्न झालं आणि त्या वेळी संतुष्टीचा, आनंदाचा भाव तुम्हीच अनुभवला होता. यावर मनन केल्यास लक्षात येईल, की आजवर तुम्ही केलेलं कार्य किंवा वर्तमानात करत असलेलं कार्य तुमच्याच आनंदासाठी सुरू आहे. या कार्याचा 'कर्ता' बनून श्रेय घेण्याची काहीच गरज नाही. हे सहावं पाऊल उचलताच अहंकाराच्या पायाखालची जमीन सरकू लागेल.

ही समज बाळगताच तुमची सगळी कामं पूर्वीपेक्षा परिणामकारक होतील आणि कामाचा थकवाही जाणवणार नाही, मग 'मी हे काम केलं... माझ्याकडून चूकच झाली...' या कर्ताभावामध्ये, क्रोध आणि अपराधबोधात जी ऊर्जा खर्च व्हायची, तिला सकारात्मक कार्यांमध्ये वाव मिळेल. मग तुमचा अहंकार वाढणार नाही आणि इतरांवर तुम्ही दोषारोपही करणार नाही. तेव्हा आता अहंकार कसा बरं टिकेल?

अध्याय २४

प्रार्थना तेजस्थान
आत्मावलोकन

सातवं पाऊल

प्रत्येक समस्येचं उत्तर तेजस्थानावर आहे. तुम्हाला जर तुमचं तेजस्थान खुलं करून खुलवायचं असेल, तर कुसंगापासून सावध राहा, सत्यप्रेमींच्या संपर्कात येऊन सत्यश्रवण, सत्यपठण करा. आत्मपरीक्षणाच्या सवयीमुळे हे अगदी सहज होईल. या विषयाची सखोलता जाणण्यासाठी व अहंकार मुक्तीसाठी सातव्या पावलावर चालू या-

तुमच्यासोबत काही वाईट घडताच स्वतःला विचारा 'ही घटना कोणासोबत होत आहे?' तेव्हा लगेच मन म्हणेल, 'अरे! दुःखी आहे मी खूप, त्रस्त झालोय,' तेव्हा लगेच विचारा 'कोण दुःखी झालंय? कुणाला त्रास होतोय?' उत्तर येईल, 'मला' यावर आत्मपरीक्षण करा आणि विचारा, 'मला? मी कोण? मला त्रास होतोय हे ठीक, पण मी कोण आहे?' हा प्रश्न विचारताच सत्य समोर येईल, की वास्तवात तुम्ही जे आहात (स्वानुभव) त्याला आजपर्यंत कुठल्याच दुःखाने स्पर्शही केला नाही! पण माणसाला प्रार्थना आणि आत्मावलोकनाची कला अवगत नाही हीच खेदाची बाब आहे.

आपल्या रोजच्या आयुष्यात बुद्धी व मनाला योग्य समज देण्यासाठी कित्येक संधी उपलब्ध असतात. त्यांचा योग्य लाभ घ्यायला हवा. समजा, तुमचं महत्त्वाचं काम होत नाहीए, तेव्हा स्वतःलाच सांगा, 'हे दिखावटी सत्य आहे. (दिखावटी सत्य म्हणजे समोर दिसणारी घटना सत्य भासते, पण प्रत्यक्षात ती असत्य असते.) माझ्या कार्याची गती मला प्रगतीकडे घेऊन जात आहे. माझे कार्य पूर्ण होण्याच्या मार्गावर आहे.' मग

आपल्या तेजस्थानावर जा आणि त्या कामाशी संबंधित उत्तर ग्रहण करण्याचा प्रयत्न करा.

माणसाच्या आयुष्यात जेव्हा नकारात्मक घटना घटते किंवा अशी बिकट परिस्थिती निर्माण होते ज्यातून बाहेर पडणं केवळ अशक्यच वाटू लागतं, तेव्हा अंतर्मनाचा आर्त हुंकार उमटतो आणि प्रार्थना निर्माण होते. काही दिवसांनंतर या प्रार्थनेचा परिणाम दिसत नाही म्हणून मनुष्य निराश होतो. पण त्याने अशा वेळी निराश होण्याऐवजी विश्वास ठेवायला हवा, 'या घटनेमागे अदृश्यात नक्कीच काहीतरी सकारात्मक घडत आहे, जे मला आज दिसत नाहीए. पण माझ्या प्रार्थनांचं उत्तर मला मिळेलच.'

याउलट दिखावटी सत्यामध्ये गोंधळून तो जर नकारात्मक विचार करू लागला, तर प्रार्थनांचं येणारं उत्तरही मध्येच थांबेल. मनुष्याला या गोष्टीचं ज्ञान नसतं, की नकारात्मक विचारांत गुरफटून तो स्वतःच्याच प्रार्थनांमध्ये अडथळे आणतोय. अर्थात त्याला ईश्वरावर पूर्ण विश्वास ठेवून तेजस्थान उत्तर शोधण्याचा प्रयत्न करायला हवा.

कायम तेजस्थानावर राहण्याची कला शिकायची असेल, तर एक अभ्यास करायला हवा. दररोज १ वाजून १ मिनिट, २ वाजून २ मिनिट, ३ वाजून ३ मिनिट..., अशा प्रकारे १२ तासांनंतर दोन मिनिटांसाठी विसावा घ्या. स्वत:ला विचारा, मागच्या एका तासात मी स्वत:ला काय मानून जगलो? मी कशा प्रकारे व्यवहार केला? मग आजपर्यंत आयुष्याच्या ज्या आयामांवर कधी विचार केला नाही, त्यांवर बुद्धी सखोल मनन करेल. यालाच म्हणतात आत्मनिरीक्षण किंवा आत्मावलोकन (Self Enquiry) आत्मावलोकनाच्या माध्यमातून आंतरिक अवस्थेला प्रामाणिकपणे पाहा आणि अहंकाराला पुष्ट होण्यापासून रोखा. 'आत्मपरीक्षण' हा अंतर्यामी वसणारं सत्य प्रकट करण्याचा सहज-सोपा पण परिणामकारक मार्ग आहे. हे करताना सुरुवातीला सजगतेने प्रयत्न करावे लागतील, पण कालांतराने मात्र हे आपोआपच होऊ लागेल.

अशाप्रकारे सत्याचं महत्त्व जाणताच व योग्य प्रशिक्षण मिळताच बुद्धी तेजस्थानावर (हृदयावर) राहण्यासाठी तयार होते. अधून-मधून काही अडथळे येतात, जे बुद्धीपासून हृदयापर्यंत जाताना रोखू पाहतात. अशावेळी पुनरावलोकन करणं आवश्यक आहे. 'अशा कोणत्या गोष्टी आहेत, ज्या तेजस्थानावर जाण्यासाठी मला रोखताहेत?' यावर चिंतन करा. अहंकाराची चोच (नकली मी) बुद्धीमध्ये अडकते, कारण तिथे अहंकाराला आवडणाऱ्या गोष्टी, खाद्य मिळतं. पिंजऱ्यात लोभाची मिरची असल्याने, तिथेच अहंकाराची चोच अडकते.

मूळ लक्ष्याला छोट्या मोहांपासून वाचवा

बऱ्याचदा माणसाचा छोटासा मोह त्याला लक्ष्यापर्यंत जाण्यासाठी रोखतो. म्हणूनच आपल्या अंतिम लक्ष्याला (पृथ्वी लक्ष्याला) छोट्या-छोट्या इच्छांपासून वाचवायला हवं. कोणत्याही सुख-सुविधेमध्ये अडकून पृथ्वी लक्ष्याला पणाला लावू नका. यासाठीच स्वत:ला नेहमी विचारा, ''मी कोण आहे आणि पृथ्वीवर का आलोय? माझ्या जगण्याचं प्रयोजन काय?''

सत्यप्राप्तीच्या मार्गावर चालतांना योग्य वेळी योग्य प्रश्न विचारून बुद्धीला असत्यापासून वाचवता येते. मग आजपासूनच बुद्धीला प्रशिक्षण द्यायला आरंभ करा. मी कोण आहे?... कुणाला वाईट वाटलं?... कुणाला चांगलं वाटतं?... जे झालं ते कोणासोबत झालं?... कोणती इच्छा अपूर्ण राहिल्यानं क्रोध जागृत झाला?... असे प्रश्न विचारून, शरीर-मनाची सर्व रहस्यं जाणून अहंकाराला जिवंत करणारं अज्ञान वेळीच नाहीसं करा.

अध्याय २५

योग्य प्रश्न विचारण्याची कला

तथाकथित दु:ख विलीन करा

आठवं पाऊल

दु:खमुक्तीकडे मोठं पाऊल टाकण्यासाठी आठवे पाऊल खूपच महत्त्वाचे आहे. यासाठी स्वत:लाच प्रश्न विचारा, 'माझ्या अहंकाराची चोच कोठे आणि का अडकते आहे... मी कोणत्या गोष्टींत फसतोय?'

अशाप्रकारे स्वत:ची योग्य चौकशी करून तुम्ही छोट्या-मोठ्या लोभांना बळी न पडण्याचे प्रयोग सुरू कराल. मुक्तीची तृष्णा जागृत होताच मुक्त होण्यासाठीची ओढही वाढते. मग तुम्ही लहान-सहान मोहात फसणार नाही. मुक्तीची ओढ इतकी लागायला हवी, की मुक्तीविषयी वाटणारं प्रेम तुमचं बलस्थान व्हावं. अन्यथा तुमच्या अहंकाराची चोच सांसारिक सुखांच्या पिंजऱ्यातच अडकू लागेल.

ज्या लोकांचं मुक्तीसाठी जागृत झालेलं प्रेम परमोच्च शिखरावर पोहोचलं तेच मुक्त झाले. मीराबाई, मुक्ताबाई, संत तुकाराम, संत ज्ञानेश्वर... इतिहासात अशा मुक्त झालेल्या नावांची नोंद झालेली आहे. या सर्वांना त्यांच्या गुरूंनी हीच शिकवण दिली, 'तुम्ही मुक्तच आहात, बंधन असेल तर ते फक्त भ्रामक मान्यतांचं आहे.' मग सत्यश्रवण केल्यावर मान्यता विलीन झाल्या आणि ते मुक्त झाले. बस्स! एवढाच वेळ लागतो मुक्त होण्यासाठी. पण सत्यप्राप्तीची अनिवार ओढ नसेल, तर मनुष्य सत्यश्रवण करूनही 'ठीक आहे, मी नंतर बघतो... नंतर मनन करतो... आता तर हे काम आहे... माझ्या प्राधान्यक्रमात या शिवाय हजारो गोष्टी आहेत...' अशीच कारणे सांगतो. मग त्याचं

सगळं जीवन सांसारिक इच्छापूर्तीतच संपून जातं.

प्रत्येकाने यावर सखोल चिकित्सा करायला हवी, की पिंजऱ्यात असं काय आहे, जी मात्र मुक्त होण्यासाठी रोखतंय? कधी कधी मनुष्य मुक्तीच्या खूपच जवळ असतो, पण अहंकाराची चोच कोणत्यातरी दु:खात अडकलेली असते. 'मुलाचं लग्न कधी होणार... अजून नोकरी मिळाली नाही... बाळ आजारी पडलंय...' माझं एवढं दु:ख समाप्त झाल्यावर मी मुक्तच आहे... अशावेळी या लोकांना सांगण्यात येतं, 'शोध घ्या, नेमकं कोणतं दु:ख बाकी आहे? जे दु:ख तुम्ही भोगताय ते खरंच दु:ख आहे की केवळ भ्रम आहे? जे दु:ख तुम्हाला मिळालंच नाही ते अज्ञानात दु:ख तुम्ही विनाकारण का भोगताय?'

अज्ञानात दु:ख

'आज दिल्लीवरून घरी काही पाहुणे येणारेत...' ऑफिसमध्ये कामात दंग झालेल्या महिलेला अचानक तिच्या नवऱ्याचा फोन येतो. ही बातमी ऐकताच तिची चिडचिड सुरू होते, 'पाहुणे यायच्या आत घर आवरावं लागेल... अजून भाजी आणायची आहे... पाहुण्यासाठी काही गोड बनवावं लागेल...' मनात विचारांचा कल्लोळ सुरू होतो आणि आजूबाजूच्या लोकांवर ती आरडाओरडा करू लागते. पण त्याच वेळी तिला निरोप मिळतो, 'पाहुणे आपल्या घरी नाही दुसऱ्यांच्या घरी थांबणार आहेत.' ही बातमी ऐकताच तिची सगळी चिडचिड क्षणार्धात नाहीशी होते.

या उदाहरणातून तुम्ही हे जाणलं, की त्या महिलेनं ते दु:ख भोगलं जे वास्तवात तिला मिळालंच नव्हतं. या संसारात मनुष्यासोबत नेमकं हेच चालू आहे. तो स्वत:च्या वाट्याला न आलेलं दु:ख भोगण्याची चूक करतोय. म्हणूनच तुम्हाला हा संदेश दिला जातोय, 'जे दु:ख तुम्हाला मिळालंच नाही किमान ते तरी भोगू नका.' आता विचार करा, जे दु:ख मिळालंय असं तुम्हाला वाटतं ते खरंच दु:ख आहे का? की तुमच्या अज्ञानापोटी तुम्ही त्याला दु:ख समजता? तुम्ही जर शोध घ्याल, तर सगळी दु:ख विलीन होतील. कारण दु:ख म्हणजे केवळ भ्रम आहे, आभास आहे.

यापुढचा महत्त्वाचा प्रश्न, मनुष्याच्या अहंकाराची चोच जर प्रत्येक ठिकाणी अडकते, तर ईश्वराने ही चोच (अहंकार) का बनवली? आता हे पाहू या, की यामागेही एक विशेष कारण आहे.

एखादा मनुष्य कधी फेटा बांधून, कधी मिशा लावून तर कधी रंगीबेरंगी कपडे

घालून स्वत:चे वेगवेगळ्या रूपांतील फोटो काढून घेतो. प्रत्येक वेळी या फोटोंकडे पाहताना तो खूश होत असतो. त्याचा हा छंद पाहून तुम्हाला प्रश्न पडेल, 'तो असं का करत असेल?' याचं उत्तर आहे, 'तो मनुष्य स्वत:वर खूप प्रेम करतो. म्हणून स्वत:लाच वेगवेगळ्या रूपांत पाहायला त्याला आवडतं.' अशात त्याचा एखादा फोटो फाटला, तर त्याला दु:ख होईल का? नाही ना! कारण त्याचा वेगवेगळ्या रूपांत फोटो काढण्याचा छंद तर सुरूच राहील. मग त्याच्याजवळ फोटोंची कमतरता कधीच भासणार नाही. अगदी त्यांचप्रमाणे ईश्वराने देखील मानवी शरीराद्वारे स्वत:च्या अनेक रूपांना अभिव्यक्त केलं आहे.

यासाठीच प्रत्येक शरीरात 'मी' पणाची अहंकाररूपी चोच जोडली आहे. पण वास्तवात सर्वांच्या अंतर्यामी एकच 'सर्वव्यापी मी' तेजस्थान रूपात विद्यमान आहे.

कल्पनेचा प्रश्न

'नकली मी' च्या नजरेने मनुष्य संसाराकडे पाहतो, तेव्हा त्याच्यासमोर अगणित प्रश्न उभे राहतात... विश्वात हिंसाचाराच्या दुर्दैवी घटना का घडतात, बॉम्बस्फोटासारख्या घटना का होतात, रस्त्यांवर भीषण अपघात का होतात, निष्पाप जीवांचा बळी का जातो? निसर्ग आपलं रौद्र रूप दाखवून इतकी जीवित आणि वित्तहानी का घडवतो? ईश्वरानं अशा प्रकारचं विश्व का निर्माण केलं? पण 'सर्वव्यापक मी' च्या नजरेनं या विश्वाकडे पाहताच सर्व समस्या आपोआप विलीन होतात (अहंकाराच्या नजरेतून पहिल्यास ना समस्या विलीन होतात, ना मनात उठणारे प्रश्न). 'नकली मी' च्या नजरेतून पाहिल्यास कुठलीच समस्या विलीन होत नाही आणि मनातले प्रश्न वाढतच राहतात. कारण व्यक्ती (अहंकार) स्वत:च्या आणि ईश्वराच्या आविष्कारातला फरक समजू शकत नाही. प्रत्येक व्यक्तीने तर लहानपणापासूनच ऐकलंय, 'सगळं काही ईश्वर इच्छेनेच होतं, त्याच्या इच्छेशिवाय झाडाचं एक पानही हलू शकत नाही.' पण या गोष्टीचं पूर्ण ज्ञान नसल्यामुळेच तो विश्वातील वाईट गोष्टींसाठी ईश्वरालाच दोषी मानतो. ईश्वराला न जाणताच मनुष्य युगांयुगांपासून ईश्वराची कल्पना करत राहिला, आपल्या कल्पनेप्रमाणं त्याचं गुणगान करत राहिला.

'खुदा भी आसमाँ से जब जमीं पर देखता होगा..!' हे एका हिंदी चित्रपटातील गीत. या गीताचा अर्थ असा होतो, की ईश्वर (खुदा) म्हणजे एक व्यक्ती, जी आकाशातून खाली पाहतेय. ते पण नेहमी नाही, कधी-कधीच. वास्तवात ईश्वर म्हणजे कुठली व्यक्ती नव्हे आणि तो आकाशातही बसलेला नाहीए. पण अशी गाणी ऐकून

कोणीही कल्पना करेल की ईश्वर आकाशातून खाली पाहतोय.

या उदाहरणाचा आशय इतकाच, की सगळे आपापल्या कल्पनेनुसार ईश्वराला जाणण्याचा प्रयत्न करतात. पण या कल्पनेवर आपण प्रश्न उठवत नाही. कारण आपल्या बुद्धीला योग्यवेळी योग्य प्रश्न विचारण्याचं प्रशिक्षणच मिळालं नाही. चित्रपट, मालिका आणि कित्येक जाहिरातींतून ईश्वराचं असं काही रूप दाखवलं जातं, ते पाहून लोकांना वास्तवाचं भानच राहत नाही. विशिष्ट पेहेराव करणारा, गळ्यांत चित्र-विचित्र माळा घालणारा, नानाविध आभूषणांनी सजणारा... अशी ईश्वराची कल्पना केली जाते. मग अशाच कल्पनेच्या जगात मनुष्य अडकतो.

आता पुन्हा मूळ प्रश्नाकडे येऊ, 'ईश्वराने व्यक्तीला अहंकाराची (नकली मी) चोच का जोडली?' या प्रश्नाचं उत्तर आहे, 'स्वतःला जाणण्यासाठी, स्वत्व ओळखून गुणांची अभिव्यक्ती करण्यासाठीच ईश्वराने 'नकली मी' ची निर्मिती केली.' ही तर ईश्वराची रचनात्मकता आहे, लीला आहे केवळ आनंद प्राप्त करणं हाच या रचनात्मकतेचा उद्देश आहे. अहंकारात गुंतून दुःखी जीवन जगणं हा या मागचा उद्देश मुळीच नाही.

अध्याय २६

तात्पुरता उपाय
देहरूपी गाडीत चेतनेचं पेट्रोल भरा

नववं पाऊल

संसारातील अनावश्यक गोष्टींपासून स्वत:चा बचाव करायला हवा. अन्यथा याच गोष्टी मोहमायेमध्ये तुम्हाला अडकवतात. यासाठी अहंकाराच्या जाळ्यात फसवणाऱ्या बाबींपासून सावध राहायला हवे. तुम्हाला जे कुटुंब, कार्यक्षेत्र लाभलंय त्याला सत्याची समज व शुद्धतेसह सांभाळायला हवं. काही कारणाने आंतरिक शांती भंग पावताच, तुम्हाला चिंता किंवा बैचैनीच्या रूपात हा संकेत मिळतो, की तुम्ही हृदयापासून दूर जात आहात. तुम्ही जेव्हा संसाराच्या मोहात गोंधळून सत्यापासून दूर जाता, तेव्हा दु:ख तुम्हाला सावध करण्यासाठीच येतं.

गाडी चालवताना पेट्रोल एका किमान पातळीपेक्षाही कमी झालं, तर निदर्शक (इंडिकेटर) लाल रंगाकडे तुमचं लक्ष वेधतो. मग अशा वेळी तुम्ही दु:खी होता की सजग होता? व्यवहारज्ञान हेच सांगतं, की आता पेट्रोल भरण्याची वेळ आली आहे. पेट्रोल संपण्यापूर्वीच आपल्याला संकेत मिळाला ही किती चांगली गोष्ट आहे!

अगदी या प्रमाणेच दु:ख आपल्या जीवनात चेतनाशक्तीच्या निदर्शकाचं कार्य करतं. दु:ख तुम्हाला 'शरीररूपी गाडीमध्ये चेतनारूपी पेट्रोल कमी झालंय.' हा संदेश देतं म्हणजेच आता वेळ आली आहे पेट्रोल भरण्याची, अर्थात आनंदी राहून चेतनेचा स्तर उंचावण्याची. तात्पर्य हेच, की दु:खद भावना जागताच शरीररूपी गाडीमध्ये लवकरात लवकर चेतनारूपी पेट्रोल भरायला हवं.

दु:ख आणि समस्या येताच मनुष्याच्या चेतनेचा स्तर खालावू लागतो. जिथे हात

उगारायला नको, तिथे हात उगारला जातो. मग परिस्थिती अधिकच बिघडते. निम्न चेतनेमुळे मनुष्याकडून कित्येक चुका होतात आणि तो बंधनांत बांधला जातो. म्हणून हात उगारण्यापूर्वी किंवा चढ्या आवाजात बोलण्यापूर्वी चेतनेचा स्तर वाढवायला हवा. मग नम्रतेची पवित्र शक्ती तुमच्या जीवनात मुक्तीचा चमत्कार घडवेल. अन्यथा तुम्ही बंधनांच्या चक्रात फसत जाल.

या गोष्टींची समज मिळताच, तुम्हाला सत्याच्या शोधातला आनंद प्राप्त होईल. मग तुम्ही सत्यश्रवण कराल, पवित्रता वाढवाल, सेवासुद्धा कराल पण अंतर्यामी हीच समज ठेवाल, अरे, ही तर ईश्वराची अभिव्यक्ती सुरू आहे आणि ईश्वराने संवाद साधण्यासाठी शरीर, मन व बद्धीच्या रूपात चोच दिली आहे. हा बोध प्राप्त होताच श्रेय घेणारी वेगळी व्यक्ती अस्तित्वातच नसेल. असेल फक्त स्वानुभवातून जाणवणारा सत्‌चित् आनंद आणि धन्यवादाची भावना. रोज तुमच्या मुखातून हेच शब्द बाहेर पडतील, ‘आज ही सेवा झाली... आज ही अभिव्यक्ती झाली... धन्यवाद... धन्यवाद!’ अन्यथा तुम्हाला असंही वाटू शकतं, ‘मी किती सेवा केली, पण माझं कोणीच कौतुक केलं नाही.’ हा विचार डोकावताच अहंकाराची चोच पुन्हा पिंजऱ्यामध्ये अडकेल.

अहंकार – स्वत:ची सेवा

अहंकार स्वत:चीच सेवा करवून घेण्यासाठी उत्सुक असतो. तुम्हाला कोणी वाईट बोललं, की त्याला प्रत्युत्तर देईपर्यंत चैनच पडत नाही. तुम्ही जशास तसं उत्तर देण्याची संधीच शोधत असता.

घरी पाहुणे येताच लहान मुलं नेहमीपेक्षा जास्त हट्ट करतात, हे सगळ्यांनीच अनुभवलं असेल. चॉकलेट, खेळणी, बिस्कीट अशा कित्येक मागण्यांचा हट्ट जोर धरू लागतो. पाहुण्यांसमोर मुलं घर डोक्यावर घेतील, या भीतीनं तुम्ही देखील मुलांच्या सर्व मागण्या पूर्ण करता. तो जे काही मागतोय ते देऊन त्याला शांत करता.

मग दरवेळी पाहुणे आले की हेच घडू लागतं. त्याचा प्रत्येक छोटा-मोठा हट्ट पूर्ण केला जातो. हाच ‘तात्पुरता उपाय’ तुम्हाला मुलासोबत बंधनात अडकवतो. या तात्पुरता इलाजामुळं मुलगा अधिकच बिघडून चुकीच्या सवयींत गुरफटतो.

मुलाचा प्रत्येक हट्ट पूर्ण करून तुम्ही त्या वेळी ती वेळ मारून नेता, सुटकेचा नि:श्वास टाकता, पण या गोष्टीने त्याचा अहंकार मोठा होतोय, याचा तुम्हाला अंदाज नसतो. म्हणून तात्पुरत्या उपायांमध्ये फसून जबाबदारीला पाठ दाखवणं त्वरित थांबवा, सोप्या उपायांतून मुक्त व्हा.

अध्याय २७

‘तुझी इच्छा तीच माझी इच्छा’

सजगतेचा हातोडा

दहावं पाऊल

‘प्रत्येक वस्तूच्या निर्मितीची, अस्तित्वाची आणि अंताची एक विशिष्ट कालमर्यादा असते,’ हेच तर संसाराचं खरं सौंदर्य आहे. या तत्त्वाशी तुमचा ताळमेळ बसला असेल, तर कुठलंच दु:ख तुम्हाला स्पर्श करणार नाही. घटना तर घडतच राहतील, पण अहंकार जागृत होणार नाही. कारण अहंकाराच्या अगदी विरुद्ध हे विधान आहे **‘तुझी इच्छा तीच माझी इच्छा’**. या शद्बांसोबत ईश्वराप्रती समर्पणाची भावना जागृत होते. समर्पणाच्या शक्तीसमोर अहंकार टिकूच शकत नाही, अन्यथा अहंकार मनुष्याला संमोहित करून स्वत:चा गुलाम बनवतो.

संमोहनतज्ज्ञ त्याच्यासमोर येणाऱ्या मनुष्याला खुर्चीवर बसवतो. त्याच्या डोळ्यांसमोर लंबक फिरवतो. डावीकडून–उजवीकडे लंबकाची आंदोलने एकसारखी सुरू होतात आणि त्याकडे एकटक पाहणारा संमोहित होतो. आता तो मनुष्य संमोहनतज्ज्ञाच्या सूचनांप्रमाणेच वागू लागतो. अहंकारसुद्धा तुम्हाला असाच संमोहित करतो. आता असं समजा, ‘स्वानुभव’ हा अहंकारासमोर खुर्चीवर बसलाय. अहंकार त्याचा लंबक फिरवू लागतो. मग स्वानुभवाला त्याच्या दोन्ही बाजूंना फिरणाऱ्या लंबकातच स्वारस्य वाटू लागतं. ‘दोन्ही बाजू’ म्हणजेच जीवनाची सुखद व दु:खद बाजू. सुख–दु:खाच्या दोन टोकांमध्ये अहंकाराची आंदोलनं सुरूच राहतात. मग यातच स्वानुभव स्वत:चं दिव्यस्वरूप विसरून. अहंकाराच्या रूपातला संमोहनतज्ज्ञ जे सांगेल, तेच करू लागतो.

अशा वेळी सजगता अतिशय आवश्यक आहे, ‘अहंकार मला (माझ्या सत्य

'स्व' रूपाला, स्वानुभवाला) खुर्चीवर बसवून सुख-दु:खाचा लंबक फिरवतोय ही समज असायला हवी.'

या उदाहरणाद्वारे तुम्हाला (तुमच्या सत्य 'स्व' रूपाला) आठवण करून दिली जात आहे, की वास्तवात **'तुम्ही शरीर नाही'**, तुमच्या खऱ्या अस्तित्वासाठी तुम्हाला सजग केलं जातंय. अहंकाराने संमोहित होण्याची काहीच गरज नाही. खरंतर अहंकाराच्या गोष्टी लोभसवाण्या वाटतात, पण तो चिरंतन टिकणारा नसतो. थोडं कौतुक होताच मनाला छान वाटतं. आपलं अजून कौतुक व्हावं ही त्याची इच्छा प्रबळ बनते. अशा वेळी सजग होऊन स्वत:चं खरं रूप आठवा. या साऱ्या खेळाचं नियंत्रण तुमच्याच हाती आहे. तुम्ही बटण दाबताच अहंकाराचा लंबक हृदयस्थानावर स्थिरावतो आणि सुख-दु:खाचा खेळ संपतो. आवश्यकता आहे, आपण सजग होण्याची आणि अहंकाराच्या खेळाचं नियंत्रण स्वत:च्या हाती घेण्याची.

सजगतेचा हातोडा

सजगतेची शक्ती खूप महान आहे. गरज आहे या शक्तीला ओळखण्याची आणि तिचा योग्य वापर करण्याची. समजा, तुमच्या मागे एक हातोडा आहे आणि समोर समस्या. तेव्हा आजपर्यंतची तुमची हीच धारणा असते, की समस्येवर हातोड्याचा प्रहार करताच ती नाहीशी होईल. पण वस्तुस्थिती ही आहे, की समस्येवर हातोड्याचा प्रहार होताच तिचा प्रभाव तात्पुरता नाहीसा होईल. म्हणजे समस्या जखमी होईल पण तिचा संपूर्ण नायनाट होणार नाही. समस्येवर कोणताही प्रहार न करता ती नाहीशी होऊ शकते. कारण तुमच्या मागे असणारा हातोडा 'साधारण' नसून सजगतेचा आहे. तर्क तर हेच म्हणेल 'समस्येवर हातोड्याचा प्रहार करायला हवा.' पण सजगतेचा हातोडा फक्त तुमच्या मागे उपस्थित राहील आणि तुम्हाला समस्यामुक्त करेल. आवश्यकता आहे केवळ सजगतेच्या हातोड्याला कायम तुमच्यासोबत ठेवण्याची.

समस्येकडे सजग होऊन फक्त पाहायचं आहे. अहंकाररूपी संमोहकाला सजगतेने पाहिलंत, तर त्याच्या खेळात तुम्हाला रुची वाटणार नाही.

जे लोक दारूसारख्या व्यसनांच्या आहारी जातात, त्यांना काही काळापुरती बेहोशी अनुभवता येते. मग हीच बेहोशी त्यांना वारंवार हवीहवीशी वाटू लागते. त्यानंतर व्यसनांमध्ये गुरफटून ते स्वत:ची सजगता पूर्णपणे गमवून असतात. तुम्हाला मात्र अहंकाराच्या खेळापुढे स्वत:ची सजगता सांभाळायची आहे. सजगता वाढताच अहंकाराचा खेळ बंद होतो. अहंकार तुमची मनधरणी करण्याचे प्रयत्न करेल, ''समोरच्याला असं बोलू... एवढं खोटं बोललो तर काय बिघडलं?'' अशा वेळी

त्याच्या खेळांत गोडगोड बोलण्यात न अडकता शांतपणे स्मित हास्य करा. असा प्रतिसाद निघताच तुम्ही स्वत:लाच शाबासकी द्या, 'बरं झालं, मी त्या वेळी अहंकाराची सेवा न करता शांत राहिलो!'

स्वानुभव आणि अहंकार परस्परांसमोर यावेत, हेच ध्यानाचं खरं उद्दिष्ट असतं. अहंकार समोर येताच तुम्हाला स्वानुभवाची जाणीव राहत नाही. अशा वेळी तुम्हाला टोकाची शंका येऊ शकते, 'स्वानुभव (सेल्फ) खरंच असतो का!' लोकांना कोणत्याही गोष्टीच्या अस्तित्वाची जाणीव तेव्हाच होते, जेव्हा त्यांना त्या गोष्टीमार्फत होणाऱ्या प्रत्यक्ष क्रिया दिसतात. कोणी चालत असेल, बोलत असेल, फिरत असेल, तर मनाचा त्या गोष्टीच्या अस्तित्वावरचा विश्वास वाढतो. म्हणूनच काही लोकांचा हा नेहमीचा प्रश्न असतो, 'ईश्वर खरंच आहे का?' ईश्वर जर दिसत नाही, तर त्याच्या उपस्थितीचा अनुभव कसा घ्यायचा? स्वानुभवाच्या अस्तित्वाचा आवाज का ऐकू येत नाही? मग स्वानुभवच सगळं पाहतोय, ऐकतोय यावर विश्वासच बसत नाही. मनुष्य कित्येक प्रार्थना करतो, पण त्यानंतर त्याला प्रश्न पडतो, की ईश्वर खरंच त्याच्या प्रार्थना ऐकतो का? पण सत्याच्या शक्तीमुळं अहंकाराचा पर्दाफाश होऊन तो स्वानुभवात विलीन होतो. अशा प्रकारे असत्य सत्यामध्येच विलीन झाल्यामुळे असत्याची चमचेगिरी करणारेही निष्प्रभ ठरतात. म्हणजेच अहंकार जेव्हा स्वानुभवाशी एकरूप होईल, तेव्हा अहंकारासोबत त्याचे सारे विकारही समाप्त होतील.

३६५ लक्ष्य

लोक वर्षातून एकदाच दिवाळीचा उत्सव साजरा करतात, पण वास्तविक प्रत्येक दिवशी दिवाळीचा सण साजरा होऊ शकतो. फक्त अहंकाररूपी रावणाचा मृत्यू व्हायला हवा. रावण म्हणजे अहंकाराचेच प्रतीक. रावणाला ठार करण्यासाठी खरंतर त्याच्या नाभीवर बाण मारायला हवा. मग काय कायमच दिवाळी! अहंकारातून मुक्त व्हायला सुरुवात होताच, दिवाळी साजरी करण्यातली सार्थकता तुमच्या ध्यानात येईल. मग दिवाळी साजरी करण्यासाठी कुठल्या विशेष तारखेची वाट पाहण्याची गरजच उरणार नाही. सुरुवातीला महिन्यातून किमान एकदा दिवाळी साजरी करण्याचा संकल्प करा. नंतर दिवसांची संख्या वाढवत बाराऐवजी चोवीस होऊ शकते.

खरंतर ३६५ दिवस दिवाळी साजरी करण्याचं प्रत्येकाचं ध्येय असायला हवं. जेव्हा अहंकारातून मिळणाऱ्या क्षणिक सुखाची व्यर्थता ध्यानात येईल, तेव्हा 'तुझी इच्छा हीच माझी इच्छा' या वाक्यातील सार्थकता स्पष्ट जाणवू लागेल.

अध्याय २८

अहंकार आणि सेवा

अहंकाराचा इलाज

अकरावं पाऊल

अहंकाराच्या दर्शनासाठी सेवेची भूमिका खूपच महत्त्वाची आहे. अकरावं पाऊल वाचून तुम्हाला स्वतःचीदेखील सेवा करायची आहे.

सेवेमध्ये मनुष्याला ज्ञान, भक्ती आणि प्रेमापोटी अशी काही कार्यं करावी लागतात, जी सामान्य माणूस टाळण्याचा प्रयत्न करतो. साफसफाई, आज्ञा पालन, शरीर थकल्यावरही काम पूर्ण करणं... यांसारख्या कार्यांमध्ये मनुष्याचा अहंकार दुखावला जाण्याची शक्यता अधिक असते. कारण ही कामं साधारण दर्जाची समजली जातात. पण अहंकाराला धक्का बसल्यानंतरही मनुष्य आज्ञेचं पालन करून दिलेली सेवा पूर्ण करतो, तेव्हा प्रथमच त्याला खऱ्या आनंदाचा अनुभव मिळतो. त्या सेवेत तो स्वतःला अहंकाराच्या पिंजऱ्यातून मुक्त झाल्याचं पाहतो. आता त्याच्यासाठी सेवा फक्त 'सेवा' न राहता 'अहंकारमुक्तीचा उपाय' ठरतो.

कधी कधी सेवेचा मूळ अर्थ विसरून बडेजाव मिरवण्याचा प्रयत्नही होऊ शकतो. म्हणून सेवेचं मुख्य उद्दिष्ट कायम स्मरणात असायला हवं. खरी सेवा तीच जी अहंकार नष्ट करते. सेवेमध्ये एकाच वेळी अनेक लोक एकत्र येतात. प्रत्येक सेवकाची समज आणि समाजातील पद प्रतिष्ठा वेगवेगळी असते. या कारणास्तव सेवकांमध्ये मतभेद होण्याची शक्यता असते. कधी मनपसंत सेवा मिळत नाही, तर कधी सेवा करूनही प्रशंसा केली जात नाही. या सर्व गोष्टींत गोंधळणारा मनुष्य सत्याची सेवा सोडून

अहंकाराचीच सेवा करू लागतो.

'जशास तसे' वागण्याची अहंकाराची इच्छा असते. 'मी शिव्यांचं उत्तर शिव्यांनीच देईन,' हीच त्याची काम करण्याची पद्धत असते. एखादा माणूस दुखावताच बदला घेण्याची भावना त्याच्या मनी प्रबळ होते. मग जोपर्यंत बदला घेत नाही, तोपर्यंत अहंकाराला शांती मिळत नाही. मग हाच अहंकार दिवसेंदिवस प्रबळ होऊन एके दिवशी व्याकुळतेचं कारण बनतो.

अहंकाराला धक्का बसताच मन दुखावलं जातं, मनावर आघात होतात. पण हे आघात आपोआप विलीनही होऊ शकतात. एखादा हे आघात मिटवण्यासाठी प्रयत्न करत असेल, तर हा अस्थायी इलाज आहे. कारण सत्यसेवेमुळेच अहंकार विलीन होऊ शकतो. अहंकाराची सेवा बंधनाचं, तर सत्यसेवा मोक्षाचं कारण ठरतं.

सेवेचे जसे प्रकार असतात, तसे सेवकांचेही प्रकार असतात. येथे अहंकारी सेवकाचे काही प्रकार आपण जाणून घेऊ या.

अहंकारी सेवक

काही सेवक आयुष्यभर सेवाकार्यात मग्न असतात. पण त्यांच्याकडून योग्य प्रकारे सेवा होत नाही. कारण त्यांच्यांत 'मी सेवा करतोय' हा कर्ताभाव जागृत असतो. मग सेवक अहंकारी बनतो. तो सेवेपेक्षा स्वत:ला महत्त्व देतो आणि सेवा करून आपण इतरांवर उपकार करत आहोत असं समजू लागतो. काही सेवकांमध्ये असलेला सूक्ष्म अहंकार त्यांच्या शब्दांतून नाही, तर क्रियांमधून व्यक्त होतो. अशा सूक्ष्म अहंकारामुळे तर फार मोठं नुकसान होतं. कारण त्या सेवकालासुद्धा माहीत नसतं, की त्याच्यात सूक्ष्म अहंकार आहे. खऱ्या सेवकाला यापासून स्वत:चं संरक्षण करता आलं पाहिजे.

काही लोकांना मंदिरात ईश्वराच्या मूर्तीसमोर झुकतानाही अहंभाव असतो. याचाच अर्थ उद्या ते ईश्वरासमोर झुकतील अथवा न झुकतील. कारण ईश्वरासमोर समर्पित व्हायचं की नाही, हे त्यांच्याच हाती असेल. अशा प्रकारच्या सेवेत अहंकाराचा भाव प्रबळ असतो. मग सेवकाच्या अहंकाराला पोषण मिळताच तो खूश होतो. असा सेवक 'मंदिरात झुकताना चार लोक तरी मला बघतील,' या विचाराने मंदिरात जात असतो. त्याच्या दान करण्यामागे 'मंदिराच्या भिंतीवर माझं नाव कोरलं जाईल,' हाच विचार असतो. स्वत:चं नाव भिंतीवर येताच त्याच्या अहंकाराला संतुष्टी प्राप्त होते.

काही जण म्हणतात, 'मला कोणत्याच गोष्टींचा अहंकार नाही.' पण 'कोणत्या

गोष्टींचा अहंकार नाही.' यालाच 'सूक्ष्म अहंकार' असं म्हटलं गेलंय. हा अहंकार मागच्या दारातून येतो म्हणून तो स्पष्ट दिसत नाही पण सेवकाच्या क्रियेतून त्याचं दर्शन घडतंच. सोन्याची हातकडी चांगली वाटते, म्हणून ती तोडण्यासाठी सेवक तयार नसतो. पण हातकडी सोन्याची असो वा लोखंडाची, ती बंधनाचंच कारण बनते. पण काही सेवक या सूक्ष्म अहंकारालाच चिकटून राहतात. यासाठीच 'अहंकार नसण्याचाही अहंकार असू नये,' ही समज स्वानुभवातूनच स्पष्ट होते.

अनेक संस्था, संप्रदायांमध्ये 'सेवा' या विषयावर योग्य समज न ठेवताच कार्य होतं. अशा ठिकाणी संपूर्ण विश्वासाठी नानाविध प्रकारची सेवा कार्ये केली जातात, पण त्यातून व्यक्तीचा अहंकार पुष्ट होत असतो. सेवक 'मी सेवा केली' 'मला आनंद मिळाला' याच विचारांशी बांधील असतो. या सेवकांना प्रेरणा द्यायला हवी, की 'तुम्हाला आनंद मिळेलच, तुम्ही फक्त सेवा करा.' काही सेवांतून केवळ सांसारिक गोष्टीच मिळतात. नैराश्य किंवा मानसिक त्रासाने ग्रस्त झालेला माणूस सेवा करण्याचं ठरवतो, त्याला वाटतं या सेवेमुळं आपण मानसिक त्रासातून मुक्त होऊ. सेवेमुळे अशा प्रकारचे अनेक फायदे होतात, पण चिरंतन टिकणारा लाभ हवा असल्यास सत्याची सेवा करायला हवी. अन्यथा सेवक मूळ लक्ष्य विसरून लाभांमध्येच अडकतो. म्हणून अहंकाराचा सेवक न बनता, सगळ्यांच्या पार असणाऱ्या सत्याची सेवा करा. अहंकारातून मुक्त व्हावं यासाठीच विविध सेवांची निर्मिती झाली. तुम्ही देखील सेवेच्या माध्यमातून अहंकार मुक्तीच्या मार्गावर चालत राहा...

अध्याय २९

गुरू

अहंकाराचे डॉक्टर

बारावं पाऊल

बारावं पाऊल म्हणजे अहंकाराचा इलाज करणाऱ्या डॉक्टरांची भेट घेणं.

मूर्तींची निर्मिती करणारे लोक खूप ज्ञानी होते. कारण अहंकाराला समर्पित करण्यासाठी मूर्तींच्या माध्यमातून त्यांनी अहंकाराला विलीन करण्याचा अगदी सोपा मार्ग दाखवला. ही ईश्वराची मूर्ती आहे, म्हणून हिच्या समोर झुकायला हवं, या त्यांच्या शब्दांवर विश्वास ठेवून कोणासमोरही कधीच न झुकणारा अहंकारही समर्पित होऊ लागला. मूर्ती कोणतीही असो, मंगलमूर्ती, गुरुमूर्ती, शून्यमूर्ती, निराकार अमूर्ती... अहंकारी मनासाठी समर्पण, झुकणं महत्त्वाचं. यांपैकी ज्या मूर्तींसमोर न-मन व्हावंसं वाटतं, त्या मूर्तीला निवडा. म्हणूनच भारतात तेहतीस कोटी देवादिकांच्या मूर्ती बनवल्या गेल्या, जेणेकरून अहंकारातून मुक्त होण्यासाठी लोक एका तरी मूर्ती समोर झुकतील, समर्पित होतील.

कालांतराने मूर्ती पूजेला मानणारे आणि मूर्ती पूजाविरोधी असे दोन गट पडले, त्यांच्यात कलह सुरू झाला आणि मूर्ती बनवण्यामागचा मूळ उद्देशच लुप्त झाला. यांचं कारण काही लोक आकाराला मानतात, तर काही निराकाराला. काही लोकांत एकाग्रता साधण्याची क्षमता असते, तर काहींना यासाठी आकाराची गरज असते. मात्र, दोघांचाही दृष्टिकोन वेगवेगळा आहे.

तसं पाहिलं तर सगळे एकच चित्रपट पाहताहेत. फरक इतकाच की काही जण

मध्यांतरापूर्वीचा भाग पाहताहेत, तर काही मध्यांतरानंतरचा. प्रत्येकाने पूर्ण चित्रपट पाहिला, तरच मूर्ती बनवण्यामागचा मूळ उद्देश समजून घेता येईल. पण लोक आपल्या अहंकाराला विलीन करण्याऐवजी स्वत:चं मत सिद्ध करताना अहंकारालाच बळी पडताहेत. मूर्ती बनवण्यामागचा उद्देश होता अहंकाराचं समर्पण, पण तीच मूर्ती काही जणांच्या अहंकाराचं कारण आहे.

ज्या मूर्तीसमोर अहंकार विलीन होतो तीच मंगलमूर्ती. काही मूर्तींचा आकार गोल असतो, ज्या शून्याचं प्रतीक असतात. जर या मूर्तीसमोर सहजतेने झुकावंसं वाटलं तर नक्की झुका. पण अहंकाराला स्वत:चं अस्तित्व कायम ठेवायचं असतं. अहंकारी म्हणेल 'मी का बरं झुकू?' पण गुरूंच्या मूर्तीसमोर मात्र अहंकाराची डाळ शिजत नाही, त्याला समर्पित व्हावंच लागतं.

गुरुंप्रती श्रद्धा जागताच समर्पणाला सुरुवात होते. जो स्वत:ला इतरांहून वेगळं मानतोय, त्या अहंकाराला समर्पित व्हायलाच हवं! अहंकार तेव्हाच विलीन होतो. जेव्हा तुम्ही संपूर्णत: समर्पित होता. ज्या क्षणी अहंकार नष्ट होतो, त्याच क्षणी सत्य प्रकटतं. म्हणून समोर कोणीही असो, समर्पण होणं महत्त्वाचं. मग गुरू समोर समर्पण होतंय की ईश्वराप्रती, आपण आकारासमोर झुकतोय की निराकारासमोर... या गोष्टी तितक्या महत्त्वाच्या ठरत नाहीत. गुरू समोर स्वीकारभाव जागृत होतो, म्हणून अहंकाराचं समर्पणही सहज रीत्या होतं. अहंभाव जागृत होताच गुरुजी तुम्हाला प्रश्न विचारून सजग करतात. गुरू समोर अहंकाराला समर्पित होण्याशिवाय दुसरा पर्यायच नसतो. यासाठीच सदेह जिवंत गुरूचं महत्त्व सांगितलं जातं.

तुम्ही आज एखादं पुस्तक वाचलं आणि दुसऱ्या दिवशीही तेच वाचलं, तर ते पुस्तक तुम्हाला 'तू काल जे वाचलंस त्याचं काय झालं? त्यावर काय मनन केलंस?' असा प्रश्न विचारणार नाही. पण गुरूंना वेळेची परख असल्याने, ते तुम्हाला विचारतील, काल घेतलेल्या निर्णयांवर काय कार्य केलंस? गुरुजी तुम्हाला प्रत्येक प्रश्नाचं उत्तर मागतील, सजग करतील, तुमच्या अहंकाराला धक्का देत त्याचं दर्शनही घडवतील. पण अहंकाराला गुरूंना शरण जायचं नसेल, तर तो केवळ पुस्तक वाचणंच पसंत करेल.

अहंकार हा रोग आहे, तर गुरू यावरचा इलाज करणारे डॉक्टर. गुरूंचा प्रत्येक शब्द म्हणजे अहंकाररूपी रोगावरचं औषध. गुरूंचे शब्द दवा, दावा, दुवा, दीक्षा, मौन, आज्ञा, सेवा आणि प्रार्थना असतात.

प्रार्थना म्हणजे काही तरी मागणं. प्रार्थना नेहमी आपल्यापेक्षा उच्च स्थानाकडून

केली जाते. मग यासाठी अदबीनं झुकावं लागतं. पण अहंकाराला कधीच झुकायला आवडत नाही. अहंकाराला स्वत:चं महत्त्व अधोरेखित करण्यातच स्वारस्य असतं. पूर्णत: झुकल्यावरच असली अहंकाराचा मृत्यू होतो.

अहंकारयुक्त मनाने केलेली प्रार्थना कधीच योग्य नसते. समर्पणातून उमटलेली प्रार्थना मूळ उद्दिष्ट साध्य करते. तुम्ही गुरूप्रती समर्पित राहून सर्वोच्च प्रार्थना केलीत, तरच तिचा मूळ उद्देश सफल होईल. माझ्यापेक्षा कोणीतरी श्रेष्ठ आहे, या विचारामुळे अहंभाव दुखावला जातो. अहंकाराला प्रत्येक गोष्ट हवीहवीशी वाटते, पण प्रार्थना ही कृपेसाठीची आर्त हाक असते. कृपा म्हणजे स्वत: काहीच न करता, एखादी उच्च गोष्ट मिळणं, जी प्राप्त करण्यासाठी एखाद्याचं संपूर्ण जीवन खर्ची पडलेलं असतं. आक्रमण हा अहंकाराचा स्वभाव आहे, तर समर्पण हा प्रार्थनेचा आत्मा आहे. मी स्वत:च्या हिमतीवर सफलता मिळवेन. मला कोणासमोर झुकण्याची गरजच काय! मी कशाला कोणाकडे काही मागू? अहंकार या शिवाय दुसरं काय बोलणार! त्याला अल्प संतुष्ट राहण्याची सवयच असते. पण जितकं मिळतंय, त्याच्या अनंत पटीनं मिळण्याची शक्यता असते. ही समज मिळताच अहंकार झुकायला तयार होतो. अहंकार झुकताच अंतर्यामी अमर्याद आनंदाचा झरा सुरू होतो.

अहंकाराला वाटतं तो स्वत:च्या ताकदीवर आज इतकं काही मिळवतोय, तर उद्या तो सगळं काही मिळवू शकेल. पण मनाला याचं ज्ञान नसतं, जेव्हा कृपा होईल, तेव्हाच सारी रहस्यं त्याच्या समोर उलगडतील. जादूगार जोपर्यंत स्वत: दाखवत असलेल्या जादूच रहस्यं सांगत नाही, तोपर्यंत आपल्या मनातील उत्सुकता कायम राहते. या प्रमाणेच ईश्वराने आपल्याला जीवनरहस्य सांगावं असं वाटत असेल, तर त्याच्या समोर नम्र व्हावं लागेल. व्यक्ती झुकण्यासाठी तयार होताच एकएक रहस्य उलगडू लागतं. अहंकार झुकल्यानंतरच सत्य समोर प्रकटतं. प्रार्थना झुकण्यासाठीची तयारी असते, जिथे झुकणाऱ्याला ही समज प्राप्त होते, **गुरुकृपेशिवाय (ईश्वर) कोणतीच गोष्ट मोठी नाही.**

माझ्यापेक्षा अनंत पटीने मोठी असणारी शक्ती अस्तित्वात आहे, हे ज्ञान मिळताच अहंकार त्या शक्तीसमोर समर्पित होण्यासाठी तयार होतो. मग त्याचं हे समर्पणच प्रार्थना बनते. त्यानंतर त्याला कोणाकडे काहीच मागावं लागत नाही. कारण न मागताच त्याच्या सर्व गरजा पूर्ण होतात. त्याच्या जीवनात आनंद ओतप्रोत भरून वाहू लागतो.

अध्याय ३०

भक्तीत व्हाल लीन, तर अहंकार होईल विलीन...

समर्पणाची शक्ती

तेरावं पाऊल

अहंकार मुक्तीसाठी अनेक विधी व मार्गांचा उदय झाला. पण या सगळ्यांत सहज, सरळ आणि शेवटचं पाऊल म्हणजे भक्ती उपासना. हे पहिलं पाऊल देखील ठरू शकतं. भक्तीचं बीज ज्यांच्या मनोभूमीवर आधीचं रुजलंय, त्यांच्यासाठी हे तेरावं नसून पहिलंच पाऊल आहे.

भक्ती भावनेत अहंकार सहजतेने विलीन व्हायला तयार होणे. अहंकार विलीन करण्यात आरंभी आकाराची भक्ती मदत करते. मग अहंकाराच्या मुक्तीतून पवित्रतेची शक्ती वाढते. यासाठी मानवी शरीरातील चुकीच्या सवयी आणि वाईट वृत्तींचा नाश होणं गरजेचं असतं. सर्व वृत्तींच्या बेड्या भक्तीच्या शक्तीने तुटू शकतात.

चला तर मग, प्रेम, आनंद आणि मौनाची फळं देणाऱ्या वृक्षासाठी भक्तीचं बीज आपल्या अंतर्यामी रुजवू या. 'भक्ती' हा शब्द सर्वांच्याच परिचयाचा आहे. पण तुम्हाला या शब्दाचा खरा अर्थ उमगलाय का? भक्ती म्हणजे समर्पणाची सर्वोच्च अवस्था. या अवस्थेत मनुष्य प्रत्येक कार्य ईश्वराला समर्पित करतो. मग अशात अहंकाराला वावच मिळत नाही. आता तुमच्या मनात अशा प्रकारचे प्रश्न निर्माण होऊ शकतात, भक्ती कुठून येईल? भक्ती करायची म्हणजे नेमकं काय करायचं? भक्ती करावी तरी कोणाची?

आरंभी भक्तीसाठी मूर्तीची गरज असते. प्रत्येक जण आपापल्या आवडीनुसार एखादी मूर्ती निवडतो. श्रीकृष्ण, श्रीगणेश, विष्णू, महादेव, लक्ष्मी, सरस्वती,

दुर्गामाता... ज्याला जे रूप आवडतं, त्याला त्या रूपात ईश्वराची भक्तिसाधना करणं सहज वाटू लागतं. काहींची पवित्र ग्रंथावर श्रद्धा असते. पण या मूर्तींची किंवा ग्रंथांची भक्ती करताना जर मध्येच अहंकार जागृत झाला, तर त्या विषयी जाब विचारणारा कोणीच नसतो. मग मनाला गुरू बनवण्याची फार मोठी चूक आपल्याकडून होऊ शकते. जिवंत गुरूंची भक्ती करताना तर अधिकच सजग राहावं लागतं. कारण त्यांच्याशी कपट करून तुम्ही धोकेबाजी करू शकत नाही. ते कोणत्याही क्षणी तुम्हाला प्रश्न विचारू शकतात. वेळोवेळी तुम्हाला संकेत देतात, अहंकाराचं दर्शन घडवतात. अहंकाराला विलीन करण्यामध्ये त्यांचीच भूमिका सर्वांत महत्त्वाची असते.

गुरूंच्या उपदेशाचं श्रवण करताच तुमच्या अंतर्यामी गुरुंप्रती प्रेम आणि विश्वास जागू लागतो. गुरू आयुष्यात येण्यापूर्वी तुमची सभोवतालच्या लोकांकडे पाहण्याची दृष्टी संशयास्पद असते, इतरांवर दोषारोप करण्यातच तुम्ही धन्यता मानत असता, पण गुरुभक्तीमुळे संशयाची सुई तुमच्याकडेच वळते. लोक तुमच्याशी चुकीचं वागले, पण त्यात तुमच्या विचारांचंही योगदान होतं याची जाणीव होऊ लागते. प्रत्येक घटना अनेक लोकांच्या सामूहिक प्रार्थनेचा परिणाम असतो हे समजू लागतं. या सोबतच इतरांवर दोषारोप करण्याची सवय आपोआप समाप्त होते आणि क्षमाशीलता जागृत होते. कृपेची जाणीव होताच, तुमच्या शरीराद्वारे संपन्न झालेल्या कार्यांचं श्रेय घेणं बंद करून, नि:स्वार्थ सेवेच्या आनंदात लीन होऊ लागता. केलेलं कोणतंच कार्य वाया जात नाही, ही समज मिळताच विशिष्ट कार्याप्रती असणारी आसक्तीही कमी होऊ लागते. तुम्ही निरपेक्ष भावनेने प्रत्येक कार्य ईश्वराला समर्पित करून ईश्वरीय लीलेचा आनंद घेऊ लागता. चूक-बरोबर, योग्य-अयोग्य, सुख-दुःख, चांगलं-वाईट ही तुलनाच बंद होते. अनावश्यक विचारांना पूर्णविराम तरी मिळतो किंवा त्यांना साक्षीभावानं पाहण्यात येतं. यालाच भक्ती म्हणतात. अशा भक्तीयुक्त अवस्थेत अहंकाराला थाराच मिळू शकत नाही. मग वासना-विकारांतून मुक्त झालेलं मन स्वतंत्रतेची भावना अनुभवताना प्रेम आणि आनंदाच्या वर्षावात न्हाऊन निघतं.

मनुष्य अहंकारामुळेच स्वत:च्या इच्छा, आकांक्षा, भीती आणि असुरक्षिततेच्या चक्रात अडकून संकुचित जीवन जगतो. 'मनुष्य जन्मासोबत अहंकार विलीन करण्याची अमूल्य संधी चालून आली आहे', याची गुरू त्याला जाणीव करून देतात. मग क्षणोक्षणी नशिबाला शिव्याशाप देणारा मनुष्य स्वत:ला 'भाग्यशाली' समजू लागतो आणि कृपेला ओळखताच अंत:करणातल्या धन्यवादाच्या भावनेने भरून पावतो. त्याचं आयुष्य ईश्वराचं गुणगान करण्यात, आश्चर्याच्या भावामध्ये धन्यवाद देण्यातच सार्थकी

लागतं. भक्तीमध्ये त्याचं मन समर्पित होऊन ईश्वरासोबत एकरूप होतं. याच अवस्थेला 'आत्मसाक्षात्कार' किंवा 'आत्मबोध' असं म्हणतात.

सर्वोच्च भक्ती प्राप्त होताच मोहमयी संसाराचा त्याग करावा लागेल, असं बिलकुल मानू नका. तुम्ही चिखलातून फुलणाऱ्या कमळाप्रमाणं अलिप्त राहून याच संसारात भक्तिसाधना करू शकता. कमळावर पाणी टाकताच ते खाली ओघळतं आणि जरी थोडंफार पाणी टिकलंच, तरी ते हलकंसं झटकताच निघून जातं. अगदी त्या प्रमाणे, थोड्याशा भक्तीनेही अहंकार आणि द्वेषासारखे सांसारिक विकार दूर होऊ शकतात.

दिव्यभक्तीचा उपहार खूप कमी लोकांना मिळतो. हा उपहार लाभताच भक्ताला कुठलंच आकर्षण किंवा विकार मुक्तीपासून रोखू शकत नाही. त्याच्यावरची मोहमायेची पकड नाहीशी होते, तो अगदी सहजपणे कर्मबंधनांतून मुक्त होऊ लागतो. असा भक्तीचा नजराणा ज्यांना लाभला, ते खरे भाग्यवान.

भक्तीच्या उपहारापुढे विश्वातील सारे उपहार फिके पडतात. मग असे भक्त दारिद्र्यातही राजासारखं आनंदी जीवन जगतात.

गुरू सर्वप्रथम सत्याचं ज्ञान देऊन भक्ती जागवतात, नंतर अहंकारावर प्रहार करतात. भक्तीमध्ये हे प्रहार सहन करण्याची ताकद असते. गुरू तुमची प्रशंसा करून, अहंकार जागृत झालाय का? याचीच तपासणी करतात. तर कधी तुमची प्रशंसा न करता, तुमच्याकडून मनन करवून घेतात. तुम्हाला तुमच्या आवडीच्या सेवाक्षेत्रापासून दूर करून नावडत्या कार्यासाठी निवडतात आणि भक्तीच्या कसोटीवर तुम्ही खरे उतरता की नाही, याची पारख करतात. सेवेच्या निमित्तानं, वेगवेगळ्या परिस्थितींमध्ये गुरू हेच तपासत असतात, की तुम्ही अहंकाराला बळी तर पडत नाही आहात? गुरूंच्या सान्निध्यात तुम्ही 'याचि देही, याचि डोळा' अहंकाराला विलीन होताना पाहता... हेच तर महान आश्चर्य आहे, हाच गुरुमहिमा आहे... जे पूर्वी कधीच घडलं नव्हतं आणि कधी घडेल असं वाटलंही नव्हतं, तेच गुरूंच्या सहवासात प्रत्यक्षात घडू लागतं... आपल्या अंतर्यामी असलेल्या चैतन्याचा आपण आस्वाद घेऊ लागता ...आहा! ...आहा!

❏ ❏ ❏

हे पुस्तक वाचल्यानंतर आपला अभिप्राय कृपया या पत्त्यावर अवश्य पाठवा.
Tej Gyan Global Foundation,
Pimpri Colony Post Office, P.O.Box 25, Pune-411017. Maharashtra (India).

एक अल्प परिचय
सरश्री

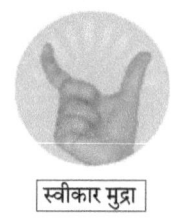

स्वीकार मुद्रा

सरश्रींचा आध्यात्मिक शोधाचा प्रवास त्यांच्या बालपणापासूनच सुरू झाला होता. हा शोध सुरू असतानाच त्यांनी अनेक प्रकारच्या पुस्तकांचं अध्ययन केलं. त्याचबरोबर या शोधकाळात त्यांनी अनेक ध्यानपद्धतींचा अभ्यासही केला. त्यांच्यातील या जिज्ञासेने त्यांना अनेक वैचारिक आणि शैक्षणिक संस्थांमध्ये जाण्यासाठी प्रेरित केलं. जीवनाचं रहस्य समजण्यासाठी त्यांनी **प्रदीर्घ काळ मनन करून आपलं शोधकार्य सातत्याने सुरू ठेवलं.** या शोधातूनच त्यांना '**आत्मबोध**' प्राप्त झाला. आत्मसाक्षात्कारानंतर त्यांना जाणवलं, की अध्यात्माचा प्रत्येक मार्ग ज्या शृंखलेने जोडलेला आहे, **तो म्हणजे 'समज' (Understanding).** आत्मबोधप्राप्तीनंतर त्यांनी अध्यापनाचं कार्य थांबवलं आणि जवळ जवळ दोन दशकांहूनही अधिक काळ आपलं समस्त जीवन मानवजातीच्या कल्याणासाठी आणि आध्यात्मिक विकासासाठी अर्पण केलं.

सरश्री म्हणतात, "सत्यप्राप्तीच्या सर्व मार्गांचा प्रारंभ जरी वेगवेगळ्या मार्गांनी होत असला, तरी सर्वांचा अंत मात्र एकच समज प्राप्त केल्याने होतो. ही '**समज'च सर्व काही असून ती स्वतःमध्ये परिपूर्ण आहे.** आध्यात्मिक ज्ञानप्राप्तीसाठी या '**समजे'चं श्रवणच पुरेसं आहे.**" ही समज प्रकाशमान करण्यासाठी आजपर्यंत त्यांनी **आध्यात्मिक विषयांवर तीन हजारांहून अधिक प्रवचनं दिली आहेत.** या प्रवचनांद्वारे ते अध्यात्मातील अतिशय गहन संकल्पना सहज, सुलभ आणि व्यावहारिक भाषेत समजावून सांगतात. समाजातील प्रत्येक स्तरावरील मनुष्य सरश्रींद्वारे सांगितल्या जाणाऱ्या या समजेचा लाभ घेऊ शकतो.

ही समज प्रत्येकाला आपल्या अनुभवातून प्राप्त व्हावी, यासाठी सरश्रींनी '**महाआसमानी परमज्ञान शिबिर**' आणि त्यासाठी आवश्यक असणारी कार्यप्रणाली (सिस्टिम) तयार केली. **तिचा लाभ आज लाखो लोक घेत आहेत.** या प्रणालीला आय.एस.ओ. (ISO 9001:2015) प्रमाणपत्रही लाभलंय. या प्रणालीमुळेच

अनेकांना सत्यमार्गावर वाटचाल करण्याची प्रेरणा मिळाली आहे. या समजेचा प्रचार आणि प्रसार करण्यासाठी त्यांनी 'तेजज्ञान फाउंडेशन' या आध्यात्मिक संस्थेचा पाया रचला. **'हॅपी थॉट्सद्वारे उच्चतम विकसित समाजाची निर्मिती करणे,'** हेच या संस्थेचं मुख्य उद्दिष्ट आहे.

विश्वातील प्रत्येक मनुष्य आज सरश्रींच्या मार्गदर्शनाचा लाभ घेऊ शकतो. त्यासाठी कोणत्याही धर्म, जात, उपजात, वर्ण, पंथ वा लिंग यांचं बंधन नसतं. विश्वाच्या प्रत्येक कानाकोपऱ्यांतील लोक आज 'तेजज्ञान'च्या अनोख्या ज्ञानप्रणालीचा (System for Wisdom) लाभ घेत आहेत. याच व्यवस्थेचा आणखी एक महत्त्वपूर्ण भाग म्हणजे, **दररोज सकाळी आणि रात्री ९ वाजून ९ मिनिटांनी लाखो लोक विश्वशांतीसाठी प्रार्थना करत आहेत.**

बेस्ट सेलर पुस्तक 'विचार नियम' शृंखलेचे रचनाकार म्हणूनही सरश्रींना ओळखलं जातं. **केवळ पाच वर्षांच्या कालावधीत या पुस्तकाच्या १ कोटीपेक्षा अधिक प्रती वितरित** झाल्या आहेत. याशिवाय आजवर त्यांनी विविध विषयांवर **१०० हून अधिक पुस्तकं लिहिली** आहेत. त्यांपैकी 'विचार नियम', 'स्वसंवाद एक जादू', 'शोध स्वतःचा', 'स्वीकाराची जादू', 'निःशब्द संवाद एक जादू', 'संपूर्ण ध्यान' इत्यादी पुस्तकं बेस्ट सेलर झाली आहेत. ही पुस्तकं दहापेक्षा अधिक भाषांमध्ये अनुवादित असून, पेंगुइन बुक्स, हे हाउस पब्लिशर्स, जैको बुक्स, मंजुळ पब्लिशिंग हाउस, प्रभात प्रकाशन, राजपाल अॅण्ड सन्स, पेंटागॉन प्रेस आणि सकाळ प्रकाशन इत्यादी प्रमुख प्रकाशन संस्थांद्वारे ती प्रकाशित झाली आहेत.

तेजज्ञान फाउंडेशन परिचय

तेजज्ञान फाउंडेशन आत्मविकासातून आत्मसाक्षात्कार प्राप्त करण्याचा एक मार्ग आहे. यासाठी सरश्रींद्वारा एक अनोखी बोधप्रणाली (System for Wisdom) निर्माण झाली आहे. या प्रणालीला आंतरराष्ट्रीय प्रमाणपत्राद्वारे ISO 9001:2015च्या आवश्यकतेनुसार आणि निकष पडताळून सरळ, व्यावहारिक आणि प्रभावी बनवलं गेलं आहे.

या संस्थेच्या प्रबोधनपद्धतीच्या भिन्न पैलूंना (शिक्षण, निरीक्षण आणि गुणवत्ता) स्वतंत्र गुणवत्ता परीक्षकांद्वारे (Quality Auditors) क्रमबद्ध पद्धतीने पडताळलं गेलं. त्यानंतर या पैलूंना ISO 9001:2015 साठी पात्र समजून या बोधपद्धतीला हे प्रमाणपत्र प्रदान करण्यात आलं.

या फाउंडेशनचे लक्ष्य आहे नकारात्मक विचारांकडून सकारात्मक विचारांकडे वाटचाल. सकारात्मक विचारांकडून शुभ विचारांकडे म्हणजे हॅपी थॉट्सकडे प्रगती. शुभ विचारांकडून निर्विचार अवस्थेकडे मार्गक्रमण आणि निर्विचार अवस्थेच्या अंती आत्मसाक्षात्कार प्राप्ती. 'मी सर्व विचारांपासून मुक्त व्हावे' हा विचार म्हणजे शुभु विचार (हॅपी थॉट्स). 'मी प्रत्येक इच्छेपासून मुक्त व्हावे', अशी इच्छा म्हणजे शुभ इच्छा.

तेजज्ञान म्हणजे ज्ञान व अज्ञान या दोहोंच्या पलीकडचे ज्ञान. पुष्कळ लोक सामान्य ज्ञानाच्या (General Knowledge) माहितीलाच ज्ञान मानतात. परंतु अस्सल ज्ञान आणि नुसती माहिती यांत फार मोठे अंतर आहे. आजमितीला लोक सामान्य ज्ञानाच्या उत्तरांनाच जास्त महत्त्व देतात. अशा ज्ञानाचे विषय म्हणजे कर्म आणि भाग्य, योग आणि प्राणायाम, स्वर्ग आणि नरक इत्यादी. आजच्या युगात सामान्यज्ञान प्राप्त करणारे लोक, शिक्षक मोठ्या प्रमाणावर आहेत; परंतु हे ज्ञान ऐकून जीवनात परिवर्तन घडून येत नाही. असे ज्ञान म्हणजे केवळ बुद्धिविलास आहे किंवा अध्यात्माच्या नावावर चाललेला बुद्धीचा व्यायाम आहे.

सर्व समस्यांवरील उपाय आहे तेजज्ञान. क्रोध, चिंता आणि भय यांपासून मुक्त जीवन म्हणजे तेजज्ञान. शारीरिक, मानसिक, सामाजिक, आर्थिक आणि आध्यात्मिक प्रगतीचा, सर्वांगीण प्रगतीचा मार्ग आहे तेजज्ञान. तेजज्ञान आपल्या अंतरंगात आहे. येथे या आणि या गोष्टीचा अनुभव घ्या.

आपल्याला असे ज्ञान हवे आहे, की जे सामान्य ज्ञानापलीकडे आहे, जे प्रत्येक समस्येवरील उत्तर आहे, जे प्रत्येक समजुतीपासून, गृहीत धारणांपासून आपल्याला मुक्त करते, ईश्वरी साक्षात्कार घडविते, अंतिम सत्यात स्थापित करते. आता वेळ आली आहे शाब्दिक, सामान्यज्ञानातून बाहेर येऊन तेजज्ञानाचा अनुभव घेण्याची!

आजवर जप-तप, तंत्र-मंत्र, कर्म-भाग्य, ध्यान-ज्ञान, योग-भक्ती असे अनेक मार्ग अध्यात्मात सांगितले आहेत. या सर्व मार्गांनी प्राप्त होणारी अंतिम समज, अंतिम ज्ञान, बोध एकच आहे. अंतिम सत्याच्या शोधकाला, साधकाला शेवटी जी एकच 'समज' प्राप्त होते, ती 'समज' श्रवणानेसुद्धा प्राप्त होऊ शकते. अशा समजप्राप्तीसाठी श्रवण करणे यालाच तेजज्ञान प्राप्त करणे म्हटले गेले आहे. तेजज्ञानाच्या श्रवणाने सत्याचा साक्षात्कार घडतो, ईश्वरीय अनुभव मिळतो. हेच तेजज्ञान सरश्री महाआसमानी शिबिरात प्रदान करतात.

महाआसमानी परमज्ञान शिबिर परिचय आणि लाभ (निवासी)

तुम्हाला सर्वोच्च आनंद हवाय? असा आनंद, जो कोणत्याही बाह्य कारणावर अवलंबून नाही... जो प्रत्येक क्षणी वृद्धिंगत होतो. या जीवनात तुम्हाला प्रेम, विश्वास, शांती, समृद्धी आणि परमसंतुष्टी हवी आहे का? शारीरिक, मानसिक, सामाजिक, आर्थिक आणि आध्यात्मिक अशा आयुष्याच्या सर्व स्तरांवर यशस्वी होण्याची तुमची इच्छा आहे का? 'मी कोण आहे' हे तुम्हाला अनुभवाने जाणावंसं वाटतं का?

तुमच्या अंतर्यामी अशा सर्व प्रश्नांची उत्तरं जाणण्याची इच्छा आणि 'अंतिम सत्य' प्राप्त करण्याची तृष्णा असेल, तर तेजज्ञान फाउंडेशनतर्फे आयोजित 'महाआसमानी शिबिरा'त तुमचं स्वागत आहे. हे शिबिर सरश्रींच्या मार्गदर्शनावर आधारित आहे. सरश्री, आजच्या युगातील आध्यात्मिक गुरू असून, ते आजच्या लोकभाषेत अत्यंत सहजपणे आध्यात्मिक समज प्रदान करतात.

महाआसमानी परमज्ञान शिबिराचा उद्देश :

विश्वातील प्रत्येक मनुष्यानं 'मी कोण आहे', या प्रश्नाचं उत्तर जाणून तो सर्वोच्च आनंदाच्या अवस्थेत स्थापित व्हावा, हाच या शिबिराचा मुख्य उद्देश आहे. प्रत्येकाला असं ज्ञान प्राप्त व्हावं, जेणेकरून त्यानं प्रत्येक क्षणी वर्तमानात जगण्याची कला आत्मसात

करावी. तो भूतकाळाचं ओझं आणि भविष्याची चिंता यांतून मुक्त व्हावा. प्रत्येकाच्या आयुष्यात कधीही न संपणारा आनंद आणि योग्य समज यावी. शिवाय, प्रत्येकानं समस्या विलीन करण्याची कला आत्मसात करावी. थोडक्यात, मनुष्यजन्माचा उद्देश सफल व्हावा, हाच या शिबिराचा उद्देश आहे.

'मी कोण आहे? मी येथे का आहे? मोक्ष म्हणजे काय? या जन्मातच मोक्षप्राप्ती शक्य आहे का?' असे प्रश्न जर तुमच्या मनात असतील, तर त्यांवरील उत्तर आहे- 'महाआसमानी परमज्ञान शिबिर'.

महाआसमानी परमज्ञान शिबिराचे मुख्य लाभ :

वास्तविक या शिबिराचे लाभ तर असंख्य आहेत; पण त्यांपैकी मुख्य लाभ पुढीलप्रमाणे-

* जीवनात शक्तिशाली ध्येय निश्चित होतं
* 'मी कोण आहे' हे अनुभवाने जाणता येतं (सेल्फ रियलायजेशन)
* मनाचे सर्व विकार विलीन होतात.
* भय, चिंता, क्रोध, बोरडम, मोह, तणाव या नकारात्मक बाबींतून मुक्ती
* प्रेम, आनंद, मौन, समृद्धी, संतुष्टी, विश्वास अशा दिव्य गुणांशी युक्ती
* साधं, सरळ पण शक्तिशाली जीवन जगता येतं
* प्रत्येक समस्येचं निराकरण करण्याची कला प्राप्त होते
* 'प्रत्येक क्षणी वर्तमानात जगणं' हा तुमचा स्वभाव बनतो
* आपल्यातील सर्व सकारात्मक शक्यता खुलतात
* याच जीवनात मोक्षप्राप्ती होते

महाआसमानी परमज्ञान शिबिरात सहभागी कसं व्हाल?

या शिबिरात सहभागी होण्यासाठी तुम्हाला खालील बाबींची पूर्तता करायची आहे-

१. तुमचं वय कमीत कमी अठरा किंवा त्यापेक्षा अधिक असायला हवं.

२. सर्वप्रथम तुम्हाला 'सत्य-स्थापना' (फाउंडेशन ट्रुथ रिट्रीट) शिबिरात सहभागी व्हावं लागेल. या शिबिरात, तुम्ही प्रामुख्यानं दोन बाबी शिकाल- प्रत्येक क्षणी वर्तमानात जगण्याची कला कशी आत्मसात करावी आणि निर्विचार अवस्था कशी प्राप्त करावी.

३. प्राथमिक स्तरावर तुम्हाला काही प्रवचनं ऐकायची असून, त्यांतून तुम्ही मूलभूत

समज आत्मसात कराल आणि महाआसमानी शिबिरात प्रवेश करण्यासाठी तयार व्हाल.

हे शिबिर साधारणपणे एक-दोन महिन्यांच्या अंतराने आयोजित करण्यात येतं. यात हजारो सत्यशोधक सहभागी होतात. या शिबिराची तयारी दोन पद्धतींनी करू शकता. पहिली पद्धत- मनन आश्रम, पुणे येथे ५ दिवसीय शिबिरात भाग घेऊ शकता. दुसरी पद्धत- तेजज्ञान फाउंडेशनच्या जवळच्या सेंटरवर जाऊन सत्यश्रवणाद्वारेही करू शकता. महाराष्ट्रात अहमदनगर, सातारा, औरंगाबाद, नाशिक, नागपूर, वर्धा, अमरावती, चंद्रपूर, यवतमाळ, कोल्हापूर, सांगली, रत्नागिरी, लातूर, बीड, नांदेड, परभणी, पनवेल, मुंबई, ठाणे, सोलापूर, पंढरपूर, जळगाव, अकोला, बुलढाणा, धुळे, भुसावळ आणि महाराष्ट्राबाहेर सुरत, अहमदाबाद, बडोदा, नवी दिल्ली, बेंगलुरू, बेळगाव, धारवाड, रायपूर, भुवनेश्वर, कोलकाता, रांची, लखनौ, कानपूर, चंदीगढ, जयपूर, चेन्नई, पणजी, म्हापसा, भोपाळ, इंदोर, इटारसी, हर्दा, विदिशा, बुऱ्हाणपूर या ठिकाणी महाआसमानी शिबिराची पूर्वतयारी करू शकता.

तेजज्ञान फाउंडेशनमध्ये उपलब्ध असणाऱ्या सरश्रीलिखित पुस्तकांचं वाचन करून तुम्ही या शिबिराची पूर्वतयारी करू शकता. याशिवाय, तुम्ही रेडिओ किंवा यू ट्युबवरील सरश्रींच्या प्रवचनांचा लाभही घेऊ शकता. पण लक्षात घ्या, पुस्तकांतील ज्ञान, रेडिओ आणि यू ट्युबवरील प्रवचनं म्हणजे 'तेजज्ञानाची तोंडओळख' आहे; 'संपूर्ण तेजज्ञान' मुळीच नाही. तुम्ही महाआसमानी शिबिरात सहभागी होऊनच तेजज्ञानाचा आनंद घेऊ शकता. तेव्हा आगामी महाआसमानी शिबिरात सहभागी होण्यासाठी आजच संपर्क करा- 09921008060/75, 9011013208

महाआसमानी परमज्ञान शिबिरस्थान :

हे शिबिर पुण्यातील मनन आश्रम येथे आयोजित केलं जातं. येथे तुमच्या निवासाची आणि भोजनाची व्यवस्था केली जाते. तुम्हाला काही शारीरिक व्याधी असतील आणि त्यासाठी जर तुम्ही नियमितपणे औषधं घेत असाल, तर शिबिरात येताना ती सोबत बाळगावीत. शिवाय, वातावरणानुसार गरम कपडे, स्वेटर, ब्लँकेटही आणावं.

पुणे शहरापासून १७ किलोमीटर अंतरावर अत्यंत निसर्गरम्य परिसरात मनन आश्रम वसलेला आहे. आश्रमात महिला आणि पुरुष यांच्या निवासाची स्वतंत्र व्यवस्था असून येथे जवळपास ८०० लोकांच्या राहण्याची व्यवस्था आहे. आपण हवाईमार्ग, हायवे किंवा रेल्वे अशा कोणत्याही मार्गाने पुण्यात येऊ शकता.

मनन आश्रम : मनन आश्रम, पुणे, सर्व्हे नं. ४३, सणस नगर, नांदोशी गाव, किरकटवाडी फाटा, तालुका- हवेली, जिल्हा- पुणे- ४११०२४. फोन- 09921008060

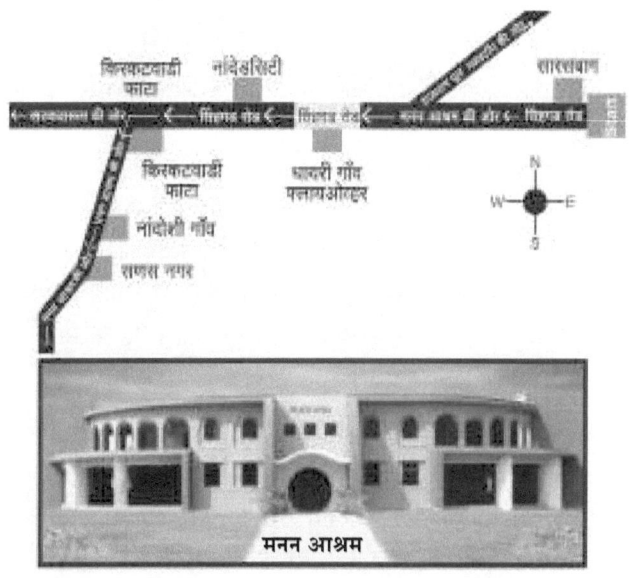

N
W
E

आता एका क्लिकवर शिबिराची नोंदणी!

आता तुम्ही पुढील शिबिरांसाठी **ऑनलाइन** नोंदणी करू शकता.

महाआसमानी परमज्ञान शिबिर परिचय आणि लाभ (५ दिवसीय निवासी शिबिर)

मॅजिक ऑफ अवेकनिंग (केवळ इंग्रजी भाषिकांसाठी ३ दिवसीय महाआसमानी शिबिर)

आध्यात्मिक नींव स्थापना (किशोरवयीन मुलांसाठी मिनी महाआसमानी निवासी शिबिर)

www.tejgyan.org

'सरश्रीं'द्वारे रचित इतर पुस्तकं

क्षमेची जादू

क्षमेचं सामर्थ्य जाणा, सर्व दुःखांपासून मुक्त व्हा

Also available in Hindi & English

पृष्ठसंख्या : १७६ | मूल्य : ₹ १९५

तुम्ही स्वतःवर प्रेम करता का? तुम्हाला सदैव आनंदी राहायचं आहे का? तुम चे कौटुंबिक, सामाजिक, व्यावसायिक नातेसंबंध मधुर आणि दृढ करायचे आहेत का? तुम्हाला जीवनात यशाचं शिखर गाठायचं आहे का?

या सर्व प्रश्नांची उत्तरं होकारार्थी असतील, तर तुम्हाला केवळ एकच शब्द म्हणायला शिकायचं आहे तो म्हणजे 'सॉरी' 'मला माफ करा.' सॉरी, क्षमा, माफी... शब्द कोणतेही असो, मनःपूर्वक माफी मागितल्याने जीवनात चमत्कार घडू लागतात, तुमचं अंतःकरण (इन-साफ) शुद्ध, स्वच्छ होतं. एवढंच नव्हे, तर तुमची मागील सर्व कर्मबंधनं नष्ट होऊन, भाग्योदय होतो. प्रस्तुत पुस्तकाद्वारे आपण हीच क्षमेची जादू शिकणार आहोत.

आत्मविश्वास आणि आत्मबळ

यशाचं शिखर गाठणारे पंख

Also available in Hindi

पृष्ठसंख्या : १९२ | मूल्य : ₹ २५०

'व्यक्तिमत्त्व विकास' हा आजच्या जगातला परवलीचा शब्द! पण व्यक्तिमत्त्व विकास म्हणजे केवळ बाह्यविकास नसून 'आत्मविकास' हीच त्याची पहिली पायरी आहे. आत्म विकास साधण्यासाठी अनिवार्य असणारा गुण म्हणजे 'आत्मविश्वास'. प्रस्तुत पुस्तक केवळ विद्यार्थ्यांसाठी किंवा आत्मविश्वासाचा अभाव असणाऱ्यांसाठी लिहिलं नसून, विश्वातल्या प्रत्येक मनुष्यासाठी या पुस्तकाची निर्मिती करण्यात आलीय. विद्यार्थी, शिक्षक आणि गृहिणी यांपासून ते व्यावसायिकांपर्यंत आणि आजच्या युवापिढीपासून ते आध्यात्मिक मार्गावर वाटचाल करणाऱ्या साधकांपर्यंत सर्वांसाठी हे पुस्तक म्हणजे यशाचा पासवर्डच!

इमोशन्स वर विजय

दुःखद भावना व्यक्त करण्याची कला

Also available in Hindi

पृष्ठसंख्या : १६८ | मूल्य : ₹ १८०

मनुष्य केवळ वयाने मोठा झाला म्हणून तो परिपक्क बनत नाही, तर भावनांमुळे विचलित न झाल्याने, निर्धाराने त्यांचा सामना करून, योग्य रीतीने त्यांच्याकडे पाहण्याची कला शिकूनच तो परिपक्व बनतो.

मनुष्य भावनांतून मुक्त होण्याचे दोनच मार्ग अवलंबतो. पहिला- भावना दाबून ठेवणे आणि दुसरा, भावनांमुळे निर्माण झालेला प्रक्षोभ इतरांवर बरसणे. मात्र वरील दोन पद्धतींशिवाय आणखी काही अचूक आणि परिणामकारक पद्धती या पुस्तकात उद्धृत करण्यात आल्या आहेत. त्यांचा अवलंब करून भावनांच्या जंजाळातून मुक्त होऊन आपण निश्चितच प्रेम आणि सौहार्दपूर्ण जीवन जगू शकाल.

स्वसंवाद एक जादू

आपला रिमोट कंट्रोल कसा प्राप्त करावा

Also available in Hindi & English

पृष्ठसंख्या : २०८ | मूल्य : ₹ १६०

कोणी आपली प्रशंसा केली आणि म्हटले, 'तुम्ही होता म्हणून काम झाले नाहीतर हे काम होणे शक्यच नव्हते.' अशा प्रकारे आपली स्तुती झाली तर काय होईल? अशा वेळी अनेकांना रात्रभर झोप येत नाही. त्यांना ते प्रशंसनीय बोल वारंवार आठवतात. एखाद्याने जर आपली चूक दाखविली तर ते आपल्याला त्रासदायक ठरते. कोणी आपली निंदा केली तर आपल्याला वाईट वाटते. आपण स्वत:च आपला रिमोट इतरांच्या हाती देवून त्यांच्याकडून ही अपेक्षा बाळगतो, की 'त्यांनी रागाचे नव्हे तर प्रशंसेचे बटण दाबावे.' माझा रिमोट कंट्रोल प्रत्येक क्षणी माझ्याच हाती कसा असावा...' हेच या पुस्तकाचे मुख्य उद्दिष्ट आहे, मुख्य लक्ष्य आहे.

∗ तेजज्ञान इंटरनेट रेडिओ ∗

तेजज्ञान इंटरनेट रेडिओद्वारे २४ तास ३६५ दिवस, सरश्रींच्या प्रवचन आणि भजनांचा लाभ घ्या. त्यासाठी पाहा लिंक –http://www.tejgyan.org/internetradio.aspx

विविध भारती F.M. वर दर रविवारी
सकाळी १०:०५ ते १०:१५ वा.

नोट : या कार्यक्रमांच्या वेळेत बदल झाल्यास नोंद ठेवावी.

www.youtube.com/tejgyan च्या साहाय्यानेदेखील सरश्रींच्या प्रवचनांचा लाभ घेऊ शकता.
For online shoping visit us - www.tejgyan.org, www.gethappythoughts.org

---

आपणास हवी असलेली पुस्तकं घरपोच मिळण्यासाठी मनीऑर्डर पाठवा. ही पुस्तकं आमच्या खर्चाने रजिस्टर्ड पोस्ट, कुरिअर आणि व्ही.पी.पी.द्वारे पाठवली जातील. त्यासाठी खालील पत्त्यावर संपर्क साधावा.

वॉव पब्लिशिंग्ज् प्रा. लि.
∗रजिस्टर्ड ऑफिस : E- 4, वैभव नगर, तपोवनमंदिराजवळ, पिंपरी, पुणे -४११०१७
∗ पोस्ट बॉक्स नं. ३६, पिंपरी कॉलनी, पोस्ट ऑफिस, पिंपरी-पुणे - ४११०१७
फोन नं. : 09011013210 / 9623457873

आपण पुस्तकांची ऑर्डर ऑनलाईनही देऊ शकता.
लॉग इन करा - www.gethappythoughts.org
५०० रुपयांहून अधिक किमतीची पुस्तकं मागवल्यास १०% सूट मिळेल आणि डिलिव्हरी फ्री.

e-magazines
'Yogya Aarogya' & 'Drushtilakshya'
emagazines available on www.magzter.com

e-mail
mail@tejgyan.com

Website
www.tejgyan.org, www.gethappythoughts.org

- विश्वशांती प्रार्थना -

पृथ्वीवर शुभ्र प्रकाश (दिव्यशक्ती) येत आहे,
पृथ्वीतून सोनेरी प्रकाशाचा (चेतनेचा) उदय होत आहे.
विश्वातील सगळी नकारात्मकता दूर होत आहे.
सर्वजण प्रेम, आनंद आणि शांतीसाठी ग्रहणशील होत आहेत.
विश्वातील सर्व लीडर्स 'आउट ऑफ बॉक्स' विचार करत आहेत...
विश्वातील सर्व लीडर्स शांतिदूत बनत आहेत...
ईश्वराची इच्छा हीच विश्वातील सर्व लीडर्सची इच्छा बनत आहे! धन्यवाद

ही 'सामूदायिक अव्यक्तिगत प्रार्थना' तेजज्ञान फाउंडेशनचे सर्व सदस्य कित्येक वर्षांपासून सातत्याने करत आहेत. आनंदी लोकदेखील ही प्रार्थना करू शकतात. तसेच आजारी किंवा कोणत्याही समस्येमुळे त्रस्त असणारे लोकही ही प्रार्थना ग्रहण करून स्वास्थ्यलाभ घेऊ शकतात.

तुम्ही एखाद्या आजाराने वा समस्येने त्रस्त असाल, तर सकाळी अथवा रात्री ९ वाजून ९ मिनिटांनी ग्रहणशील होऊन शांत बसा. 'स्वास्थ्य आणि शांती यांचा शुभ्र प्रकाश प्रार्थना करणाऱ्या कित्येक लोकांद्वारे पृथ्वीवर येत आहे. त्याचप्रमाणे तो माझ्यावरही कार्य करत आहे. जेणेकरून मी स्वस्थ आणि शांत होत आहे.' असं मनात म्हणा. त्यानंतर काही वेळ याच भावावस्थेत राहून सर्वांना धन्यवाद द्या आणि मगच उठा.

तेजज्ञान फाउंडेशनच्या मुख्य शाखा

पुणे : (रजिस्टर्ड ऑफिस)
विक्रांत कॉम्प्लेक्स, तपोवन मंदिराजवळ, पिंपरी,
पुणे : ४११ ०१७.
फोन : (०२०) २७४१२५७६, २७४११२४०

मनन आश्रम :
सर्व्हे नं. ४३, सणस नगर, नांदोशी गांव,
किरकटवाडी फाटा, तालुका : हवेली,
जि. पुणे: ४११ ०२४. फोन : ०९९२१००८०६०

e-books
The Source • Complete Meditation • Ultimate Purpose of Success • Enlightenment I Inner Magic • Celebrating Relationships • Essence of Devotion • Master of Siddhartha • Self Encounter and many more.
Also available in Hindi at gethappythoughts.org

Free apps
U R Meditation & Tejgyan Internet Radio on all platforms like Android, iPhone, iPad and Amazon

e-magazines
'Yogya Aarogya' & 'Drushtilakshya'
emagazines available on www.magzter.com

www.ingramcontent.com/pod-product-compliance
Lightning Source LLC
LaVergne TN
LVHW040154080526
838202LV00042B/3152
* 9 7 8 8 1 8 4 1 5 3 5 5 2 *